ஆகாயச் சுரங்கம்

ஆகாயச் சுரங்கம்

சி. ராமலிங்கம்

BOOKS FOR CHILDREN

AAGAYA CHURANGAM
C.Ramalingam
Our First Edition : September, 2021

Published by
BOOKS FOR CHILDREN
imprint of Bharathi Puthakalayam
7, Elango Salai, Teynampet, Chennai - 600 018
Email: bharathiputhakalayam@gmail.com | www.thamizhbooks.com

ஆகாயச் சுரங்கம்

சி. ராமலிங்கம்

எமது முதல் பதிப்பு: செப்டம்பர், 2021

நன்றி : மேன்மை வெளியீடு (2016)

வெளியீடு:

புக்ஸ் ஃபார் சில்ரன்
பாரதி புத்தகாலயத்தின் ஓர் அங்கம்
7, இளங்கோ சாலை, தேனாம்பேட்டை, சென்னை - 600 018.
தொலைபேசி: 044 24332424, 24356935 விற்பனை : 24332924

விற்பனை நிலையங்கள்

மதுரை: 37A, பெரியார் பேருந்து நிலையம் - 045 22324674 | **ஈரோடு:** 39: 39 ஸ்டேட் பாங்க் சாலை - 9245448353
திண்டுக்கல்: பேருந்து நிலையம் - 9942331105, 9976053719 | **பழனி:** பேருந்து நிலையம் அருகில் - 9442883696
திருப்பூர்: 447, அவினாசி சாலை - 9486105018 | **சேலம்:** பாலம் 35, அத்வைத ஆஸ்ரமம் சாலை 0427 2335952
திருவல்லிக்கேணி: 48, தேரடி தெரு - 9444428358 | **வடபழனி:** பேருந்து நிலையம் எதிரில் அடையார் ஆனந்தபவன் மாடியில் - 9444476967 | **பெரம்பூர்:** 52, கூக்ஸ் ரோடு - 9444373716
திருவாரூர்: 35, நேதாஜி சாலை - 9442540543 | **சேலம்:** 15, வித்யாலயா சாலை சாலை
திருநெல்வேலி: 25கி, ராஜேந்திரநகர் - 9442149981
மதுரை: சர்வோதயா மெயின்ரோடு | **குன்னூர்:** N.K.N வணிக வளாகம் பெட்போர்ட்
செங்கல்பட்டு: 1 D ஜி.எஸ்.டி சாலை - 044 27426964 | விருதுநகர்: 131, கச்சேரி சாலை - 0456 2245300
கும்பகோணம்: 352, ரயில் நிலையம் எதிரில் - 9443995061 | **வேலூர்:** பேஸ் மிமிமி, சத்துவாச்சாரி - 9442553893
நெய்வேலி: பேருந்து நிலையம் அருகில், - 9443659147
தஞ்சாவூர்: காந்திஜி வணிக வளாகம் காந்திஜி சாலை - 9655542400
கோவை: 77, மசக்காளிபாளையம் ரோடு, பீளமேடு - 8903707294
திருச்சி: வெண்மணி இல்லம், கரூர் புறவழிச்சாலை - 9994289492
திருவண்ணாமலை: முத்தம்மாள் நகர் | நாகர்கோவில்: 699 கே.பி.ரோடு ஸி.கூஃபி.புரம் - 9443450111
சிதம்பரம்: 22A / 18B தேரடி கடைத் தெரு, கீழவீதி அருகில் - 9994399347
கரூர்: நாரத கானசபா அருகில் (TNGEA OFFICE)- 9442706676
காரைக்குடி : 12, 2 வது தெரு, கம்பன் மணிமண்டபம் பின்புறம் - 9443406150
பாண்டிச்சேரி : கிழக்-கு கடற்கரைச்சாலை, இலாசுப்பேட்டை, 9486102777
அருப்புக்கோட்டை: கதவுஎண் 49 A/4 மெயின் ரோடு, தெற்கு தெரு - 9994173551

அச்சு: பிரிண்டெக், சென்னை - 600 005.

காணிக்கை

இந்தியாவில் மிகச்சிறந்து விளங்கிய அமெச்சூர் வானவியலாளர் பேராசிரியர் P.தேவதாஸ். மக்கள் மத்தியில் வானவியலைக் கொண்டு செல்ல மிகவும் ஆர்வம் காட்டியவர். தன்னுடைய ஆர்வம் காரணமாக தொலைநோக்கிகளை உருவாக்க அதனுடைய தொழில் நுட்பங்களைக் கற்றுக்கொண்டு அதற்கான ஒரு பட்டறையையும் நிறுவி நான்காயிரத்திற்கும் மேற்பட்ட தொலைநோக்கிகளை உருவாக்கி மலிவு விலையில் இந்தியா முழுவதிலும் உள்ள வானவியலில் ஆர்வம் கொண்ட நிறுவனங்களுக்கும், தனி மனிதர்களுக்கும் அளித்தவர். எனக்கு வானவியலில் இருந்த ஆர்வத்தை அதிகப்படுத்தி அவ்வப்போது இரவு வானை எப்படி நோக்குவது என்பதையும் கற்றுத்தந்த நண்பரும் ஆசிரியரும் ஆவார். அவர் தற்பொழுது நம்மிடையே இல்லை. அன்னாருக்கு இந்த நூலை காணிக்கையாக்குவதில் பெருமையடைகிறேன்.

- சி. ராமலிங்கம்

பதிப்புரை (முதல் பதிப்பு)

ஆகாயம் என்றுமே மனிதர்களுக்கு மர்மமாகவும் வியப்பாகவும், பிரமிப்பாகவும் இருந்துகொண்டே இருக்கிறது. தங்கள் குழந்தைக்கு அம்மா ஆகாயத்தில் இருக்கும் நிலவைக் காட்டி, கதைசொல்லி சோறு ஊட்டிய காலங்களும் உண்டு. அன்றிலிருந்து இன்றுவரை பல மூட நம்பிக்கைகளுக்கு அடிநாதமாக ஆகாயம் இருந்திருக்கிறது.

மனிதன் அறிவியல் துணைகொண்டு, மெல்ல மெல்ல தம்மைச் சுற்றியுள்ள பொருட்களை எல்லாம், ஏன் இப்படி இருக்கிறது? இதன் பயன்பாடு என்ன என்று தெரிந்துகொண்டான். இந்த அடிப்படையிலே ஆகாயம் என்றால் என்ன? ஆகாயத்தில் உள்ள நட்சத்திரக் கூட்டங்கள் காதலர்களுக்கும், கவிஞர்களுக்கும் இளைப்பாறுகிற இடமாகவும், உந்து சக்தியாகவும் இருக்கிறது. ஆனால், நட்சத்திரங்கள் உண்டாகக் காரணம் என்ன? அதனுடைய பயன்பாடு என்ன என்று தெரிந்துகொள்ள அறிவியலால்தான் முடியும்.

மர்ம முடிச்சாக இருந்த ஆகாயம் இந்த அறிவியல் முறைகள் மற்றும் கோட்பாடுகளால் இலகுவான முறையால் மனிதர்கள் புரிந்து கொண்டார்கள். ஆனால், இந்த உலகத்தில் வாழுகின்ற அனைத்து மனிதர்களும் புரிந்துகொண்டார்களாக என்பது சந்தேகம். ஏனெனில் மனிதர்கள் தங்களுடைய தாய் மொழியிலேயே கற்பதிலேதான் பல கடினமான செய்திகளையும் இலகுவாக புரிந்துகொள்ள முடிகிறது. மறந்து போகாமல் மனதிலும் நிற்கிறது என்று தாய்மொழி வழி கல்வி மற்றும் தாய்மொழி மூலம் அறிவியல் கற்பிக்கப்படும் என்று ஆய்வுகள் கூறுகின்றன.

ஆனால், தமிழில் எந்த அளவுக்கு அறிவியல் நூல்கள் வந்துள்ளன? வெளிவந்த அறிவியல் நூல்கள் எளிமையாக உள்ளனவா? ஆகிய கேள்விகளுக்கு உரத்த குரலில் ஆம் என்று சொல்ல முடியாது. இதைப் போக்கும் விதமாக இந்நூல் அமைந்துள்ளது.

அறிவியலைப் பற்றிய அறிவு எளிய மக்களிடம் சென்று அடைந்தால்தான் அது வெற்றியாக கருதமுடியும். அந்த வகையில் இந்நூலாசிரியர் சி. ராமலிங்கம், தமிழ்நாடு அறிவியல் இயக்கத்தின் மூலம் பள்ளிக் குழந்தைகள், விவசாயிகள், சமானிய மனிதர்கள், நடுத்தரவர்க்கத்தினர் என்று தொடர்ந்து அறிவியல் கருத்துகளை பரப்பியவர்.

இந்த நீண்ட நெடிய அனுபவம் மூலம், அறிவியல் என்று முகம் சுளிப்பவர்கூட, இந்நூலை எளிதாகப் படிப்பர். ஏனெனில் எளிய தமிழில், அனைவரும் புரிந்துகொள்ளக்கூடிய முறையில் எழுதியுள்ளார் சி. ராமலிங்கம். தமிழ்ச் சமூகம் ஒரு அறிவியல் சமூகமாக வளரவேண்டும் என்று உழைத்தவர் பலர். அந்த வரிசையில் உழைத்த சி. ராமலிங்கம் எழுதிய ‘ஆகாயச் சுரங்கம்’ என்ற நூலை தமிழ் கூறும் உலகம் வரவேற்பார்கள் என்ற நம்பிக்கையுடன் மேன்மை இந்நூலை வெளியிடுகிறது. தமிழர்கள் ஒவ்வொருவரும் அறிவியல் பூர்வமாக வாழவேண்டும் என்று கூறுபவர்களும், சிந்திப்பவர்களும் ஆதரிக்க வேண்டுமாய் கேட்டுக்கொள்கிறோம்.

- மேன்மை

அணிந்துரை

உங்கள் கையில் இருக்கும் செல்லிப் பேசி புகைப்படங்கள் எடுப்பது எப்படித் தெரியுமா? இந்த தொழில் நுட்பம் உருவாக்கப்பட்டது முதலில் தொலை நோக்கிகளின் மூலம் வானில் மிகத் தொலைவிலுள்ள பொருட்களைக் காணத்தான்! கொடாக் பிலிம் என்று புகைப்பட நிபுணர்கள் போற்றும் புகைப்படச் சுருள் முதலில் சூரியனை ஆய்வு செய்து கொண்டிருந்த விஞ்ஞானிகள் உருவாக்கியதுதான்!

இதுபோல நிறையச் சொல்லிக்கொண்டே போகலாம். இன்றைய நவீன தொழில் நுட்பத்தின் பலப்பல அங்கங்கள் வானியல் துறையின் கேள்விகளுக்கு விடை காண்பதற்காக உருவாக்கப்பட்டவை. ‘வானைப் பார்ப்பதில் என்ன லாபம்?’ என்று நினைக்கும் குறுகிய மனங்கள், “பறவையைக் கண்டான், விமானம் படைத்தான்” என்ற கண்ணதாசனின் வரிகளை நினைவுகூர வேண்டும்.

அது ஒரு பக்கம், உண்மையில் இன்றைய நவீன மனிதருக்கும், குகைகளில் வசித்த ஆதி மனிதருக்கும் ஒற்றுமை உண்டென்றால், அடிப்படையில் அது இரவு வான் குறித்த ஆர்வத்தில்தான். நாகரிகத்தின், அறிவியலின் அடிப்படையான வியப்பும் ஆர்வமும் கேள்விகளும் வானைக் காணும் போதுதான் அன்றும் தோன்றின, இன்றும் தோன்றுகின்றன. “நாம் எங்கிருந்து வந்துள்ளோம்? எவ்வாறு? உயிர் எப்போது எப்படித் தோன்றியது? பூமி எப்படி உருவாகியது? எப்போது? சூரியனின் பயோடேட்டா (Biodata) என்ன? ஒளியின் வேகம் எப்படி நிர்ணயிக்கப்படுகிறது?

அது மாறினால் என்ன ஆகும்? பிரபஞ்சத்திற்கு எல்லை உண்டா?”

என்னைப் பொறுத்தவரை இது போன்ற கேள்விகள் பள்ளி மாணவர்களுக்கும் பணி புரியும் அதிகம் படிக்காத மக்களுக்கும் உண்டு. இது போன்ற உரையாடல்கள் எனக்கும் இப்புத்தக ஆசிரியர் நண்பர் சி. ராமலிங்கத்துக்கும் தமிழ்நாடு அறிவியல் இயக்கம் தந்த பல வருட அனுபவம். இரவில் தொலைநோக்கி மூலம் வானைக்

கண்டு வியப்பதும் விவாதிப்பதும் மிகச் சுவையான அனுபவம்.

அதைத் தான் கண்டு களித்ததோடு நில்லாமல், மேலும் பல படித்துத் தெரிந்துகொண்டும், இணையம் மூலம் கற்றுக்கொண்டும் தன் வானியல் அறிவைப் பெரிதும் பார்த்துக்கொண்டவர் ராமலிங்கம். குழந்தைகளிடமும் பொது மக்களிடமும் வானியலைப் பரப்புவதை அயராத பணியாக கிட்டத்தட்ட முப்பது ஆண்டுகளாக செய்து வருபவர். காப்பீட்டுத் துறையில் பணி புரிந்து ஓய்வு பெற்ற ராமலிங்கம் தொடர்ந்து தமிழில் அறிவியல் கட்டுரைகள் எழுதி வருவது நாம் அனைவரும் பெருமைப்பட வேண்டிய ஒன்று. தமிழுக்குச் செறிவு சேர்க்க இத்தகைய இலக்கியம் மிகவும் தேவைதான்.

வானியல் குறித்து, இரவு வான் குறித்து, சூரியக்குடும்பம் குறித்து, பிரபஞ்சம் குறித்து நமக்குத் தோன்றும் பலப்பல கேள்விகளுக்கு எளிமையான (எனக்கு மிகவும் பிடித்தவை) எவ்வளவு பெரியது இந்த பேரண்டம்? பூமியின் வயது என்ன? சூரியனின் நிறை எவ்வளவு? போன்ற எளிமையான கேள்விகளில் துவங்கி ஆழமான அறிவியலுக்கு நம்மைக் கைபிடித்து அழைத்துச் செல்லும் அத்தியாயங்கள்.

இந்நூல் நிச்சயம் நல்ல வரவேற்பு பெறும் என்று நம்புகிறேன். தமிழில் வானியல் இலக்கியம் வளர இந்நூலும் ராமலிங்கமும் மேலும் உதவுவார்கள்.

மார்ச், 2016.

- ராமானுஜம்,

கணிதவியல் நிறுவனம், சென்னை.

முன்னுரை

ஆகாயம் என்பது நம் அனைவருக்கும் பிரமிப்பூட்டும் ஒன்று. ஆதி மனிதனிலிருந்து இன்றைக்கு வாழ்ந்து வரும் நவநாகரிக மனிதர்கள் வரைக்கும் ஆகாயத்தை உற்று நோக்காதவர்கள் இருந்திருக்க மாட்டார்கள். வான் பொருள்களாகிய சந்திரன், சூரியன், கோள்கள், நட்சத்திரங்கள் என்று அனைத்தையும் அந்த காலந்தொட்டே தொடர்ந்து கூர்ந்து நோக்கி வந்திருக்கிறார்கள் நமது முன்னோர்கள். அவர்கள் பூமிக்கும் வானத்திற்கும் தொடர்பு இருப்பதாகவும் நம்பி வந்தார்கள். உலக மக்கள் வரலாற்றில் ஆதிகாலந்தொட்டு வானவியல் அறிவு நன்றாக இருந்ததற்கான சான்றுகள் பழங்கால கல்வெட்டுகள், நூல்கள், கட்டுமானங்கள் போன்ற பல்வேறு வகைகளில் நமக்கு தெரிய வருகின்றன.

இப்படி படிப்படியாகத் தோன்றிய வானவியல் அறிவு வளர்ந்து இன்று வானத்தில் உள்ள அனைத்துப் பொருட்களையும் ஆராய்ந்து தெளிய உலக விஞ்ஞானிகள் முயற்சி செய்து வருகிறார்கள். தொலைதூரக் கோள்களையும் தாண்டி விண்கலங்களை அனுப்பி ஆராய்ச்சிகள் மேற்கொள்ளப்பட்டு வருகின்றன. இன்றைக்கு வாழ்ந்து வரும் சமுதாயத்திற்கு அனைத்து கண்டுபிடிப்புகளையும் கண்டு தெளிவதற்கு வாய்ப்பு உண்டு. இப்படிப்பட்ட வாய்ப்பு நமது முன்னோர்களுக்குக் கிடைக்காத ஒன்று. இருந்தாலும் கண்டுபிடித்த அனைத்தையும் பற்றி ஒருவர் தெரிந்துகொள்வதற்கு சாத்தியப்பாடு இருப்பதற்கு வாய்ப்பில்லை என்றாலும், வானவியல் என்பது அனைவரையும் ஆச்சரியத்திற்கு உட்படுத்தும் ஒன்றாகவே இருந்து வருகிறது.

ஆகாயம் என்பது வெறும் கோள்களையும், நட்சத்திரங்களையும் மட்டும் உள்ளடக்கியது இல்லை. அதை உற்று நோக்கும் ஒவ்வொருவருக்கும் ஆகாயம் முழுவதும் அற்புதம் நிறைந்ததாகத் தெரியும். தோண்டத் தோண்ட, புதிது புதிதாகக் கற்றுக்கொள்ளக்கூடிய சுரங்கமாக விளங்குகிறது. இந்த ஆகாயம்பற்றி முழுமையாகக் கற்றுத் தெளிந்தால் உண்மையில் நாம் வாழும் பூமியும், சூரியக் குடும்பமும் கூட சிறியதாகிப் போகும்.

வானவியல் அறிவு வளராத அந்தக் காலத்தில் வான் நிகழ்வுகளுக்கும் பூமியில் நடக்கும் செயல்களுக்கும் தொடர்பு உண்டு என்று கருதி வந்தார்கள். அதன் காரணமாகவே சோதிடமும் பல்வேறு மூடப் பழக்க வழக்கங்களும், நம்பிக்கைகளும் உருவாகி இன்றுவரை நிலைத்து நிற்கின்றன. உண்மையில் நம் அனைவருக்கும் வானம் வசப்படும்போது அறியாமை இருள் மறைந்து அறிவியல் கண்ணோட்டம் வளரும்.

இந்த 'ஆகாயச் சுரங்கம்' என்ற நூல் வானத்தில் நிலைபெற்ற அனைத்து வான் பொருள்களைப் பற்றி விளக்கிக் கூறும் நூலல்ல. அவைகள் அனைத்தையும் இந்த ஒரு நூலில் சொல்லி விடவும் முடியாது. இந்த நூலைப் படிப்போருக்கு ஆகாயம்பற்றி மேலும் தெரிந்துகொள்ள வேண்டும் என்ற ஆர்வத்தை உண்டு பண்ணும் என்பதில் சந்தேகமில்லை.

மக்களுக்கு அறிவியலைக் கொண்டு செல்லும் வகையில் இம்மாதிரி வானியல் சம்பந்தப்பட்ட நூல்கள் பல வெளிவந்திருக்கின்றன. அந்த நூல்கள் வரிசையில் ஆகாயச் சுரங்கமும் ஒன்று. இது படிப்போரின் கவனத்தை ஈர்க்குமென்றே நம்புகிறேன்.

- சி. ராமலிங்கம்

பொருளடக்கம்

1

கணக்கால் கண்டுபிடிக்கப்பட்ட விண்கற்கள்

கி.பி. 1700வது ஆண்டுகளில் வாழ்ந்த வானவியலாளர்கள் சூரிய குடும்பத்தில் கோள்களைத் தவிர மற்ற விண் பொருட்கள் இருப்பதைப் பற்றி நினைத்துக்கூட பார்க்கவில்லை. அந்த காலகட்டத்தில் கோள்களும், கோள்களைச் சுற்றிவரும் உபகோள்களும், சில வால் மீன்களும்தான் சூரிய குடும்பத்தில் இருக்கின்றன என்றே கருதினர்.

ஜான் டேனியல் டிட்டியுஸ் (John Daniel titius 1729-1796) என்ற ஜெர்மன் வானவியல் விஞ்ஞானி பழைய கருத்துக்கு மாறாக சிந்திக்க ஆரம்பித்தார். அவர் 1766ஆம் ஆண்டு சூரியனிலிருந்து ஒவ்வொரு கோளுக்கும் இடையேயான குறைந்தபட்ச தூரங்களை கணக்கிடும் பணியில் ஈடுபட்டிருந்தார். அப்பொழுது அவர் தூரங்களுக்கான சில எண்களைக் கண்டுபிடித்தார். அந்த எண்கள் 4, 7, 10, 16, 28, 52, 100, 196, 388 ஆக அமைந்திருந்தது. அதாவது, பூமிக்கும் சூரியனுக்கும் இடையேயுள்ள தூரம் 10 என்று வைத்துக் கொண்டால் சூரியனிலிருந்து புதன் கிரகத்திற்கு 3.88 என்றும், வெள்ளிக்கு 7.23, செவ்வாய்க்கு 15.23, வியாழனுக்கு 52.0, சனிக்கு 95.5 என்றும் மற்ற கோள்களுக்கும் இதேபோல் கணக்கிட்டார்.

1772இல் ஜெர்மன் நாட்டைச் சேர்ந்த பலரும் அறிந்த ஜான் எலர்ட் போட் (John Elert Bode 1747-1826) என்ற வானவியலாளர் டிட்டியுஸ் கண்டுபிடித்த எண்களின் வரிசைகளை வெளியிட்டார். அதற்குப்பிறகு அந்த எண்களுக்கு இவர் சொந்தக்காரராகி ‘போட்ஸ் கோட்பாடாக’ (Bod’s Law) மாறிவிட்டது.

சாதாரணமாக இந்த எண்களை நோக்கும் வானவியலாளர்களுக்கு போட்ஸ் கோட்பாட்டு எண் 28-ல் எந்த கோளும் இல்லை என்பது தெரியவரும். அப்படியானால் அந்த இடத்தில் ஒரு கோள் இருக்க வேண்டும். ஒருவேளை அங்கு ஒரு கோள் இருக்குமானால் ஏன் இன்று வரைக்கும் அது பார்க்கப்படவில்லை? என்ற கேள்விகளும்

எழுந்தன. அந்தக் கோள் பூமிக்கும் செவ்வாய்க்கும் உள்ள தூரத்தில் இரண்டு மடங்கிலும், பூமிக்கும் வியாழனுக்கும் உள்ள தூரத்தில் ஐந்தில் இரண்டு மடங்கிலும் இருக்க வேண்டும்.

அதற்குப் பிறகு ஜெர்மன் நாட்டைச் சேர்ந்த ஹென்ரிச் W.M. ஒல்பர் (*Henrich W.M.Olhers 1758-1840*) என்ற வானவியலாளர் செவ்வாய்க்கும் வியாழனுக்கும் இடையில் இருக்கும் கோளைத் தேடிக் கண்டுபிடிப்பதற்காக வானவியலாளர்களைக் கொண்ட ஒரு குழுவை தயார் செய்தார். அவர்களுக்கு வானத்தில் சில பகுதிகள் ஒதுக்கப்பட்டன. ஆனால், அவர்கள் தேடும் வேட்டையில் ஈடுபடுவதற்கு முன்பாகவே இத்தாலி நாட்டைச் சேர்ந்த ஜியுசெப்பி பியாசி (*Giuseppe Piazzi 1746 - 1826*) என்பவர் ஜனவரி 1, 1801ஆம் ஆண்டு பத்தொன்பதாம் நூற்றாண்டின் முதல் நாள் சாதாரணமாக ஒரு நட்சத்திரத்தைப் பார்த்தார். பிறகு அந்த நட்சத்திரம் ஒவ்வொரு மாலையும் தன்னுடைய இருப்பிடத்தை மாற்றிக் கொண்டிருந்தது. இதைக்

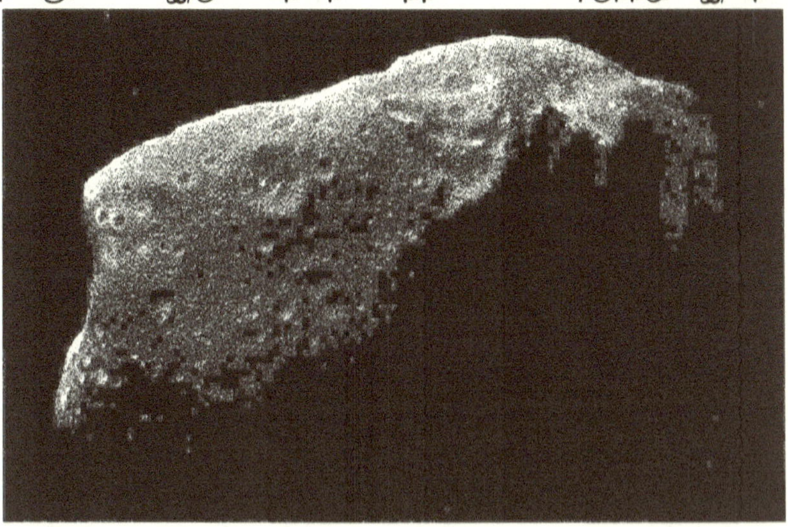

கண்ட அவர் இது ஒரு சாதாரண நட்சத்திரமாக இருக்க முடியாது என்று உணர்ந்தார்.

அதனுடைய நகரும் வேகத்தை வைத்து இது செவ்வாய்க்கும் வியாழனுக்கும் இடையே மறைந்துள்ளதாகக் கருதப்படும் கோளாக இருக்கலாம் என்று நம்பினார். பியாசி ஒரு சிசிலியன் (*Sicilian*) அதாவது சிசிலி பகுதியைச் சேர்ந்தவராக இருந்த காரணத்தினால் அந்தப் பகுதியில் வணங்கப்படும் பழங்கால வேளாண்மைக்

கடவுளான சிரஸ் (Ceres) பெயரை அந்தக் கோளுக்கு வழங்கினார்.

சிரஸ் ஒரு குட்டிக் கோள். இதனுடைய குறுக்களவு 1000 கி.மீட்டர்கள். இது நமது சந்திரனின் குறுக்களவைவிட பாதிக்கும் குறைவானதே.

ஆனால், வானவியலாளர் ஓல்பர், செவ்வாய்க்கும், வியாழனுக்கும் இடையே இப்படியொரு கோள் இருப்பதை நம்ப முடியாமல் இருந்தார். இருந்தாலும் இவர்களது தேடுதல் வேட்டை மேற்சொன்ன இரண்டு கிரகங்களுக்கிடையில் தொடர்ந்தது. இதன் பயனாக அடுத்த சில வருடங்களில் மூன்றுக்கும் மேற்பட்ட சில விண்கற்கள் கண்டுபிடிக்கப்பட்டன. இவை சிரசைவிட சிறியவைகள். இவைகளுக்கு பல்லாஸ் (Pallas), வெஸ்டா (Vesta) மற்றும் ஜூனோ (Juno) என்றும் பெயரிடப்பட்டன.

பின்னர் ஜெர்மன் - பிரிட்டன் வானவியலாளர் வில்லியம் ஹெர்ச்சல் (William Herchel 1738-1822) புதியதாக கண்டுபிடிக்கப் பட்ட இந்த வான் பொருட்கள் எல்லாம் மிகச் சிறியவைகள். அவைகள் ஒளிப்புள்ளிகள் போன்று காட்சியளிக்கின்றன. தொலை நோக்கியில் பார்த்தாலும் அவைகளின் சுற்றுப்பாதைகளை கணக்கிட முடியவில்லை. அதனால் அவைகளுக்கு அஸ்டிராய்ட்ஸ் (asteriods) என்ற பெயரைச் சூட்டினார்கள். அஸ்டிராய்ட்ஸ் என்றால் 'நட்சத்திரங்களைப் போல' என்று பொருள். அதாவது, அவைகள் நட்சத்திரங்களைப் போல ஒளிப்புள்ளிகளாக இருப்பதால் அவைகளுக்கு அந்தப் பெயர் பொருத்தமாக இருக்கும் என்று வில்லியம் ஹெர்ச்சல் முடிவு செய்திருக்கலாம்.

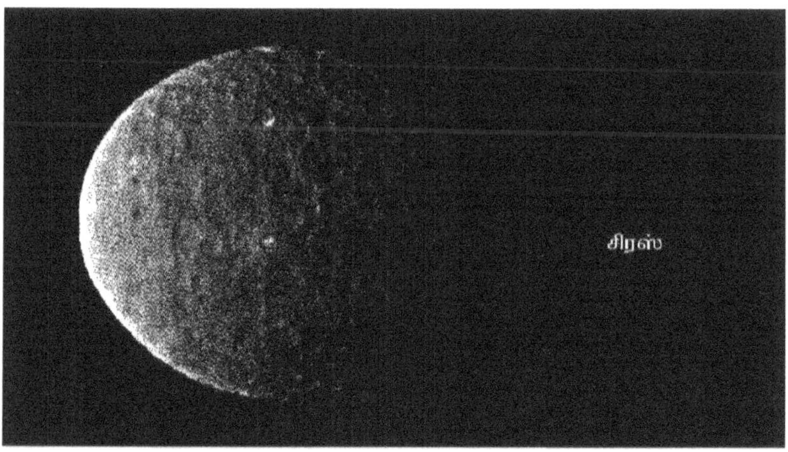

பியாசியின் கண்டுபிடிப்புக்குப் பிறகு ஏராளமான விண்கற்கள் கண்டுபிடிக்கப்பட்டிருக்கின்றன. இதுவரைக்கும் 3,000க்கும் மேற்பட்டவைகள் இருக்கலாம் என்பதில் சந்தேகமில்லை. ஆனால், இதே செவ்வாய்க்கும் வியாழனுக்கும் இடையில் இன்னும் பல ஆயிரக்கணக்கான விண்கற்கள் இருக்கலாம் என்று கருதப்படுகிறது. இவைகளில் சிரஸ் என்ற குட்டிக்கோள் செவ்வாய்க்கும் வியாழனுக்கும் இடையேயுள்ள பாறைக் கூட்டத்தில் மூன்றில் ஒரு பங்கு இருக்கும் என்று நம்பப்படுகிறது. இதனால் இந்தப் பகுதி பாறைப் பொருட்களாலான பட்டை அல்லது விண்கற்களாலான பட்டை என்று அழைக்கப்படுகிறது.

இந்தப் பட்டையில்தான் 200க்கும் மேற்பட்ட சுமார் 100 கி.மீ. விட்ட குறுக்களவுள்ள விண்கற்கள் இருக்கின்றன என்று கண்டறியப்பட்டுள்ளன. வானவியலாளர்கள் கணக்குப்படி சுமார் 7,50,000 பாறைகள் ஒரு கிலோ மீட்டர் விட்ட அளவுகளைக் கொண்டதாகவும், அதற்கும் சிறிய பல மில்லியன் பாறைப் பொருட்களும் இந்தப் பட்டையில் இருக்கலாம் என்று கணக்கிட்டிருக்கிறார்கள். இதே பட்டையில் விண்கற்கள் மட்டுமல்லாமல் சில வால் நட்சத்திரங்கள்கூட இருப்பதாக கண்டறியப்பட்டுள்ளன.

சில விண்கற்கள் இந்தப் பட்டைக்கு வெளியிலும் இருக்கின்றன. இந்தக் கற்கள் வியாழனின் சுற்றுப் பாதையிலும் இருக்கின்றன. இவை டிரோஜன் (Trojans) என்று அழைக்கப்படுகின்றன. இவை எல்லாம் 4.6 பில்லியன் வருடங்களுக்கு முன்னால் சூரியன் உருவான காலத்தில் விடப்பட்ட மிச்ச சொச்சங்கள் என்று கருதப்படுகிறது.

இந்த விண்கற்கள் ஒழுங்கற்ற அமைப்புடையவைகளாக இருக்கின்றன என்றாலும், சிரஸ் போன்ற ஒரு சில கோள வடிவிலும் இருக்கின்றன. இவைகளில் பெரும்பாலும் சிறுசிறு குழிகள் காணப்படுகின்றன. உதாரணமாக வெஸ்டா என்ற விண்கல்லில் 460 கி.மீ. விட்டமுடைய பிரமாண்ட குழி ஒன்று காணப்படுகிறது. இந்த விண்கற்களின் மேல் பகுதி பெரும்பாலும் தூசியால் சூழப்பட்டிருக்கிறது எனலாம்.

சமீபத்தில் 1991ஆம் ஆண்டு 20 அடி விட்டமுள்ள பாறைகள் கூட கண்டுபிடிக்கப்பட்டிருக்கின்றன. இந்த விண்கற்கள் பட்டை சூரியனை சுற்றி வருகின்றன. இவைகளில் ஒருசில ஒழுங்கில்லா வடிவம் கொண்டு தன்னைத்தானே தாறுமாறாக சுற்றிக்கொள்கின்றன. இதில் சுமார் 150 விண்கற்களுக்கு சந்திரன்கள்கூட உண்டு. இதில்

ஒத்த அளவுடைய இரண்டு விண்கற்கள் ஒன்றையொன்றும் சுற்றிக் கொள்கின்றன. இவைகளில் சில விண்கற்கள் கோள்களின் ஈர்ப்பில் மாட்டி அந்த கோள்களின் சந்திரன்களாகவும் மாறியிருக்கின்றன. செவ்வாயினுடைய போபோஸ், மைமோஸ் மற்றும் தூரக் கோள்களாகிய வியாழன், சனி, யுரேனஸ், நெப்டியூன்களின் சந்திரன்களும் இவ்வாறு ஈர்ப்பில் மாட்டியவைகளாக இருக்கக் கூடும் என்று வானவியலாளர்கள் கருதுகிறார்கள்.

விண்கற்கள்- சில விவரங்கள்

- விண்கற்கள் என்பவை சிறிய பாறைப் பொருட்கள். இவை சிறிய தூசியிலிருந்து 10 மீட்டர் குறுக்களவு உள்ளது வரை இருக்கும். இதை மீட்டியோராய்ட் என்று அழைப்பர்.
- இந்தப் பாறைத் துண்டுகள் பூமியின் வளிமண்டலத்தில் நுழையும் போது எரிகின்றன. இது எரிநட்சத்திரம் என்று அழைக்கப்படுகிறது.
- சில விண்கற்கள் எரிந்தது போக மீதமுள்ள பாறைப் பொருள் பூமியில் வந்து விழுவதுண்டு. இது மீட்டியோரைட் என்று அழைக்கப்படுகிறது.
- விண்கற்கள் ஒரு வினாடிக்கு 42 கி.மீ. வேகத்தில் பூமியில் வந்து விழுகின்றன.
- நமது பூமியின் மேல் விண்கற்கள் தினமும் லட்சக்கணக்கில் விழுந்து கொண்டிருக்கின்றன.
- ஒரு வருடத்தில் பூமியில் எரிந்தது போக சுமார் 500 விண்கற்களாவது பூமியில் மோதுகின்றன.
- ஒரு வருடத்தில் பூமியில் உள்ளவர்கள் குறைந்தபட்சம் 30 விண்கற்கள் பொழிவைக் காணமுடியும்.
- விண்கற்கள் சில சமயம் சிவப்பு, மஞ்சள், பச்சை நிறத்தில் தெரியும். இந்த வண்ணங்கள் கற்களில் உள்ள மூலக் கூறுகள் எரிந்து அயனியாகும் போது ஏற்படுகின்றன. உதாரணமாக ஆக்ஸிஜன் எரியும் போது பச்சை நிறம் தோன்றும்.

2

விண்கற்கள் பூமியில் மோதுமா?

ஆயிரக்கணக்கான விண்கற்கள், விண்கற்கள் பட்டையில் இருந்தாலும் அவைகளில் பெரும்பாலானவை சிறியவையே. அதாவது இவற்றை ஒரு மலையில் இருந்து ஓடிவரும் ஆற்றில் நாம் காணும் சிறிய பெரிய கூழாங்கற்களுக்கு ஒப்பிடலாம். இந்த விண்கற்கள் பட்டை சூரியனை சுற்றி வருகிறது என்று பார்த்தோம். இவ்வாறு சுற்றும் போது இவை மற்ற கோள்களின் ஈர்ப்பு விசையில் பாதிக்கப்படுவதும் உண்டு. இதில் முக்கியமாக வியாழனின் ஈர்ப்பு விசையில் மாட்டிக்கொள்ளும் விண்கற்கள் அதிகம். ஆரம்பத்தில் இவை விண்கற்கள் பட்டையோடு இருந்தாலும் அவை தொடர்ந்து அங்கேயே இருக்க வேண்டிய அவசியம் இல்லை.

சில விண்கற்கள் வியாழனின் ஈர்ப்பு விசையைத் தாண்டிச் சென்று சூரிய குடும்பத்திற்கு அப்பாலும் சென்றுவிடும். சில விண்கற்கள் நழுவி செவ்வாயின் சுற்றுவட்டப் பாதைக்கு உள்ளாக நகர்வதும் உண்டு. விண்கற்கள் அதிக தொலைவில் செல்லும் போது அவற்றைப் பார்ப்பதும், ஆராய்ச்சி செய்யவும் இயலாது. ஆகையால் மிகவும் தூரத்தில் இருக்கும் விண்கற்களைப் பற்றி நமக்குத் தெரியாது. ஆனால், இவை செவ்வாயின் வட்டப்பாதையை விட அருகில் வரும்போது அவற்றை நம்மால் பார்க்கவும் ஆராய்ச்சி செய்யவும் முடியும். அதேசமயம் அப்படி வருவதால் மிகப்பெரிய ஆபத்தும் உண்டு.

*1898*ஆம் ஆண்டு ஜெர்மன் வானவியலாளர் கஸ்டாவ் விட் *(Gustav Witt)* ஒரு விண்கல்லைக் கண்டுபிடித்தார். அது செவ்வாயின் சுற்றுப்பாதைக்கு உள்ளாக இருந்தது.

அதற்கு அவர் ஈராஸ் (Eros) என்று பெயரிட்டார். பெரும்பாலும் விண்கற்களுக்கு பெண்களின் பெயரை வைப்பது வழக்கம். சில பிரத்தியேக சுற்றுப்பாதை களையுடையவைகளுக்கு ஆண் பெயரை வைப்பதும் உண்டு. ஈராசும், பூமியும் தங்களது சுற்றுப்பாதையில்

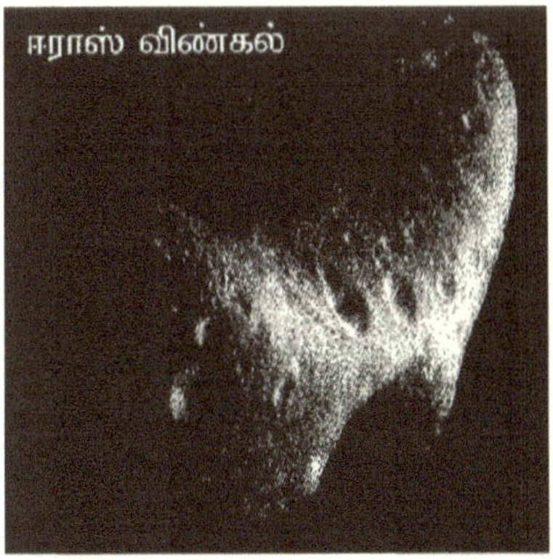

சரியான இடங்களில் அமைந்திருக்கின்றன. அதாவது பூமிக்கும் ஈராசுக்கும் இடையில் 22.5 மில்லியன் கிலோ மீட்டர் இடைவெளியில் இருக்கின்றன. ஆகையால் ஈராஸ் மற்ற எந்த விண்பொருட்களையும்விட (நமது சந்திரனைத் தவிர்த்து) பூமிக்கு அருகில் வந்து செல்கின்றது. 1931 ஆம் ஆண்டு இது பூமிக்கு 26 மில்லியன் கி.மீ. அருகில் கடந்து சென்றது.

இந்த தூரம் என்பது பூமிக்கு பாதுகாப்பான தூரம் என்று சொல்லலாம். ஒருவேளை இந்த விண்கல் தனது சுற்றுப்பாதையை மாற்றினால் அது பூமியில் மோதும் மிகப்பெரிய அபாயம் இருக்கிறது. ஆனாலும் இந்த ஈராஸ் விண்கல் 16 கி.மீ. விட்டமுடையதால் இது பூமியை மிகப்பெரிய சேதத்திற்குள்ளாக்க முடியாது. ஆனால், பூமியில் உள்ள உயிரினங்களின் பேரழிவிற்கு வழிவகுக்கும்.

நிலைமை என்னவென்றால் இந்த மாதிரி பேரழிவு ஈராஸ் என்ற ஒரு விண்கல்லினால் மட்டும் நிகழாது. 1898 ஆம் ஆண்டிலிருந்து ஒன்று அல்லது இரண்டு கிலோ மீட்டர் விட்டமுடைய பல விண்கற்கள் கண்டுபிடிக்கப்பட்டிருக்கின்றன. இவைகளில் ஏதாவதொன்று ஈராஸைவிட பூமிக்கு நெருக்கமாக வரலாம். இவைகளில் குறைந்தபட்சம் 5 விண்கற்களாவது பூமிக்கு மிக அருகில் வந்து செல்ல வாய்ப்புண்டு. மேலும் சில புதிய விண்கற்களும் கண்டுபிடிக்கப்பட்டு வருகின்றன.

மேலே கூறப்பட்ட விண்கற்கள் மிகச்சிறியவைகள். இவைகளாலும் பூமிக்கு பெருத்த சேதம் அதிகம் நிகழாது. ஆனால், இப்பொழுதோ அல்லது எப்பொழுதோ ஒரு பெரிய விண்கல் பூமியைத் தாக்கும் அபாயம் உண்டு. ஆனால், இம்மாதிரி மிகப்பெரிய விண்கல் மோதலால் ஏற்படும் பேரழிவு என்பது உடனுக்குடன் நடப்பதல்ல. அம்மாதிரியான பேரழிவு ஒவ்வொரு 100 மில்லியன் வருடங்களுக்கு ஒன்று நடப்பதற்கு வாய்ப்பு உண்டு. பூமியில் உயிர்கள் தோன்றிய பிறகு இம்மாதிரி பேரழிவுகள் சுமார் 30 நடந்திருக்கலாம். இதில் 5 அல்லது 6 உலகிலுள்ள நீரிலும் நிலத்திலும் உள்ள உயிரினங்களை மாற்றி அமைத்திருக்கும். இதற்கான சான்றுகள் இருக்கின்றனவா?

சுமார் 65 மில்லியன் வருடங்களுக்கு முன்பு இம்மாதிரி ஓர் உயிரினப் பேரழிவு நடந்திருக்கிறது. அதன் காரணமாக அப்பொழுது வாழ்ந்த டைனோசர்ஸ், மற்ற விலங்கினங்களும், அப்பொழுது உருவாகியிருந்த தாவரங்களும் பூமியை விட்டு அழிந்தொழிந்தன. 1980ஆம் ஆண்டு வரைக்கும் யார் ஒருவருக்கும் அப்பொழுது என்ன நடந்தது என்பது நிச்சயமாகத் தெரியாது. 1980ஆம் ஆண்டு அமெரிக்காவைச் சேர்ந்த வால்டர் அல்வாரிஸ் (Walter Alverez) என்பவர் 65 மில்லியன் வருடங்களுக்கு முன்னால் உள்ள பாறை அடுக்குகளை ஆராய்ச்சி செய்து கொண்டிருந்தார். அப்பொழுது அவர் அந்த அடுக்குகளின் மேல் பூமியில் இருப்பதைவிட 25 மடங்கு அதிகமான மிகமிக அரிதாகக் கிடைக்கும் இரிடியம் என்ற உலோகத்தாது படிந்திருப்பதைக் கண்டார். இந்த படிமத்தின் காலமும் டைனோசர்ஸ் பூமியில் இருந்து அழிந்தொழிந்த காலமும் ஒன்றாகவே இருந்தது. அல்வாரிஸ் இந்த ஆராய்ச்சியை உலக முழுவதுமுள்ள அதே வயதுடைய பாறைகளில் மேற்கொண்டார். அந்த ஆராய்ச்சியில் அதே அளவு இரிடியம் அந்தப் பாறை அடுக்குகளிலும் இருப்பதைக் கண்டார்.

இரிடியம் பூமியின் மையத்தில் இரும்புக் கருவில் சிறிதளவு காணப்படுகிறது. ஆனால் இதே இரிடியம் ஆகாயத்தில் இருந்து பூமியில் விழும் விண்கற்களில் பொதுவாகக் காணப்படும் ஓர் உலோகமாக இருக்கிறது. இதில் காணப்படும் இரிடியம் பூமியின் மையக்கருவில் இருப்பதைவிட அதிகம்.

அதாவது 65 மில்லியன் வருடங்களுக்கு முன்பு மிகப்பெரிய விண்கல் பூமியைத் தாக்கியிருக்கக் கூடும். அந்தத் தாக்குதலால் ஏற்பட்ட அளப்பரிய வெப்பத்தால் அந்த விண்கல் பூமியின் பாறைகளோடு சேர்ந்து ஆவியாகியிருக்கும். இச்சமயம் மிகப்பெரிய அளவில் தூசிப்படலம் வளி மண்டலத்தின் மேல் அடுக்கில் தங்கி பூமிக்கு சூரிய வெளிச்சமே வராமல் நீண்ட காலம் இருந்திருக்கும். அதனால் பூமியில் செயற்கையான மிகைக் குளிர் ஏற்பட்டிருக்கும். இப்படி ஏற்பட்ட நீண்ட மிகைக்குளிர் காலம் பூமியில் உயிரினங்களே இல்லாமல் செய்திருக்கும். இதோடுகூட பூமியில் பூகம்பம், எரிமலைக் குழம்பு, வெள்ளம், காட்டுத் தீ போன்றவைகளும் ஏற்பட்டிருக்கும். இதனால் குறிப்பாக பெரிய விலங்கினங்கள் அழிந்தொழிந்திருக்கும். மிகவும் சிறிய விலங்கினங்கள் இந்தச் சூழ்நிலையைத் தாக்குப் பிடித்து உயிர்வாழ முடிந்திருக்கும். இதற்கான அறிவியல் ரீதியான சான்றுகள் இருக்கின்றன.

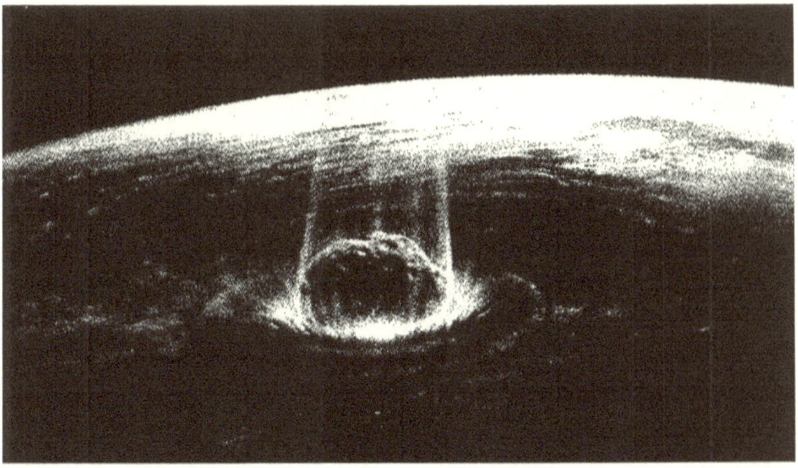

இம்மாதிரியான பேரழிவுகள் பூமியின் வரலாற்றில் சில காலகட்டங்களில் நிகழ்ந்திருக்கின்றன. இதற்கான தடயங்களும் கண்டுபிடிக்கப்பட்டிருக்கின்றன. ஒவ்வொரு காலகட்டத்திலும் பூமியிலுள்ள உயிரினங்களும், உயிர்ச்சூழலும் பெரிதும் பாதிக்கப்பட்டிருக்கின்றன. இந்தப் பேரழிவுகள் பரிணாம வரலாற்றில் முக்கியத்துவம் வாய்ந்ததாகக் கருதப்படுகின்றன. காரணம் ஒவ்வொரு பேரழிவின் மூலம் பெரும்பாலான உயிரினங்களின் வாழ்க்கை முற்றுப்பெற்று பல புதிய உயிரினங்கள் தோன்றுவதற்கு வாய்ப்பாக இருந்திருக்கிறது. உதாரணமாக பல மில்லியன் ஆண்டுகளுக்கு முன்பே பாலூட்டியினங்கள் தோன்றியிருக்கின்றன. ஆனால், அவைகள் எல்லாம் பிரமாண்ட டைனோசர்ஸ்களைத் தாக்குப்பிடிக்க முடியாமல் அழிந்தொழிந்திருக்கின்றன.

விண்கல் பூமியில் மோதி பேரழிவை உண்டாக்கியதன் விளைவாக டைனோசர்ஸ்கள் முற்றிலும் அழிந்தொழிந்தன. அதற்குப் பிறகு அப்பொழுதிருந்த சூழலைத் தாக்குப்பிடித்து உயிர் பிழைத்த சிறுசிறு உயிரினங்களும், பாலூட்டிகளும் மிகப்பெரிய அளவில் பரிணாமம் பெற்று இன்றைக்கு இருக்கும் உயிரினங்களாக வளர்ச்சி பெற்றிருக்கின்றன. இதில் மனிதனும் அடங்குவான்.

ஒருவேளை அம்மாதிரி நிகழ்வு மற்றொன்று பூமியில் நிகழும்போது பூமியில் மனித இனம் வேறு எந்த நிகழ்வாலும் அழிந்தொழியாமல் இருந்தால் அச்சமயத்தில் மேற்சொன்ன பேராபத்தைச் சந்திக்க வேண்டியிருக்கும். அதற்குப் பிறகு பூமி புதிய பரிணாமத்தை எழுத வேண்டியிருக்கும்.

3

எரி நட்சத்திரங்கள்

இன்றைக்கு பெரும்பாலான மக்கள் நகரங்களில் வாழ்கின்றனர். நகரங்களில் இரவு வானம் என்பது இருள் நிறைந்ததாக இல்லாமல் வெளிச்சமாக இருக்கிறது. ஆனால் நகரங்களைவிட்டு தொலைவில் இருக்கும் கிராமங்களுக்குச் சென்றால் இரவு வானம் இருள் நிறைந்ததாகக் காணப்படும். இந்த வானத்தைத் தொடர்ந்து பார்ப்பவர்களுக்கு சில நாட்களில் நட்சத்திரங்கள் எரிந்து பூமியில் வீழ்வதைக் காண முடியும். இம்மாதிரி எரிந்து விழுகின்ற நட்சத்திரங்களின் எண்ணிக்கை சிலசமயம் கூடும். சிலசமயம் ஒன்றிரண்டு மட்டும் தென்படும். பார்ப்பவர்களுக்கு ஆகாயத்தில் உள்ள ஒரு நட்சத்திரம் நழுவி ஏதோ ஒரு சாய்வுப் பாதையில் விழுவது போன்று தோன்றும். இவைகளை நாம் எரிநட்சத்திரங்கள் என்றழைக்கிறோம்.

இம்மாதிரி விழும் எரிநட்சத்திரங்களை அக்கால எகிப்தியர்கள் இரவு வானத்தில் எவ்வளவு வீழ்கின்றன என்று கணக்கிட்டு வைப்பார்கள். ஆனால் ஆகாயத்தில் எப்பொழுதும் தெரிந்து கொண்டிருக்கும் நட்சத்திரங்கள் எதுவும் குறைந்ததாகத் தெரியவில்லை. அப்படியென்றால் நட்சத்திரங்கள் வீழ்ந்ததாகத் தெரிவது உண்மையான நட்சத்திரங்கள் இல்லை. ஆகையால் அவர்கள் அவைகளைப் பற்றி அதிகம் கண்டு கொண்டதாகத் தெரியவில்லை. அவர்கள் அவைகளை மீட்டியார்ஸ் (Meteors) காற்றில் உள்ள பொருட்கள் என்று அழைத்தார்கள்.

இந்த மீட்டியார்ஸ் என்பது ஒரு பொருளின் சிறிய துகள். அதாவது ஒரு குண்டூசியின் தலையை ஒத்தும் அல்லது அதற்கும் சிறிய பொருள் என்றுகூட சொல்லலாம். இதை நாம் விண்வெளி தூசி என்று குறிப்பிடலாம். இம்மாதிரி தூசிகள் பூமிக்கு அருகில் வரும் போது அவை காற்றோடு அழுத்தப்படுகின்றன. இந்தத் தூசிகள் காற்றினால் அழுத்தப்படும் போது அவை எரிந்து ஆவியாகின்றன. அதற்குப் பிறகு அவை மிகவும் சிறிய துகள்களாக மாறிவிடுகின்றன.

இம்மாதிரி தூசிகளால் பூமிக்கு எந்தவித ஆபத்தும் இல்லை. அதேசமயம் இவைகளால் நமக்கு நன்மை உண்டு. அதாவது இந்தத் துகள்கள் காற்று மண்டலத்திலுள்ள நீர்த் திவலைகளோடு சேர்ந்து மழை பெய்வதற்கு உறுதுணையாக இருக்கின்றன.

இருந்தாலும் பூமியை வந்தடையக்கூடிய மீட்டியார்ஸ் போன்ற சில பெரிய ஒரு மீட்டர் அகலமுள்ள பாறைத் துகள்களும் இருக்கின்றன. இம்மாதிரி பெரிய பாறைப் பொருட்கள் பூமியின் வாயு மண்டலத்தில் நுழைந்து எரிவது மீட்டியோராய்ட்ஸ் (Meteoroids) என்றும் அவைகள் பூமியில் விழுந்து மோதுவது மீட்டியோரைட்ஸ் (Meteorites) என்றும் அழைக்கப்படுகின்றன. இவ்வாறு விழும் மீட்டியோரைட்ஸ்களில் பத்து சதமானவைகள் இரும்பும் நிக்கலுமான கலவையாக இருக்கின்றன.

இரும்புத் தாதுவில் இருந்து இரும்பை எப்படி உருக்கி எடுப்பது என்று தெரிந்திராத அந்தக் காலத்தில் நிக்கல் இரும்பு கலந்த கற்களை பூமியில் கண்டெடுத்திருக்கிறார்கள். இப்படி பூமியில் இயற்கையாகக் கிடைத்த நிக்கலும் இரும்பும் கலந்த மிகக் கடினமான பொருள் விலை மதிப்பற்றதாகக் கருதினர். இதை வைத்து மிகவும் பலமான, வலிமையான எதனாலும் பாதிக்கப்படாத கூரான பொருள்களைச் செய்ய முடியும் என்று நம்பினார்கள்.

ஹோமர் எழுதிய இலியட் காப்பியத்தில் பட்ரோகுளஸ் இறப்பின் போது நடந்த போட்டிகளில் வென்றவருக்குப் பரிசாக ஓர் இரும்புப் பொருள் கொடுக்கப்பட்டது. அந்த இரும்புப்

பொருள் இம்மாதிரி விண்ணிலிருந்து பூமியில் விழுந்த விண்கல்லாக இருக்கலாம் என்று கருதப்படுகிறது. இம்மாதிரி மீட்டியோரைட்ஸ் பூமியில் மனித நாகரிகம் வளர்ச்சி பெற்ற இடங்களில் கண்டெடுக்கப்படவில்லை. ஒருவேளை மக்கள் அவைகளை எடுத்து உபயோகப்படுத்தியிருக்கலாம்.

ஆதி காலத்தில் மீட்டியோரைட்ஸ் விழுவதைப் பார்த்திருக் கிறார்கள். இவ்வாறு எரிந்து விழுவதை சுவர்க்கத்தில் இருந்து

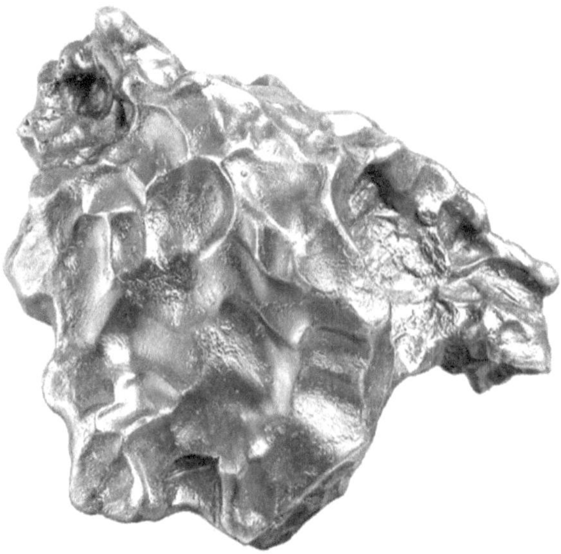

வரும் செய்தி என்று நம்பினார்கள். பழங்கால கிரேக்கத்தில் உள்ள ஆர்டிமிஸ் கோவிலில் ஒரு கருங்கல்லை வழிபட்டு வந்தார்கள். இந்தக் கல் மீட்டியோரைட்ஸ் ஆக இருக்கலாம் என்றும், அதேபோல் மெக்காவில் உள்ள கபாவில் உள்ள கருங்கல் விண்ணிலிருந்து விழுந்த கல்லாக இருக்கலாம் என்றும் கருதுகிறார்கள். நவீன வானியல் காலத்திற்கு முன்னால் உள்ள வானவியலாளர்கள் விண்ணிலிருந்து கல் விழுவதென்பதை நம்ப மறுத்தார்கள்.

இருந்தாலும் விஞ்ஞானிகள் இதற்கான ஆதாரங்களைத் தேடிக் கொண்டிருந்தார்கள். 1794ஆம் ஆண்டு ஜெர்மன் நாட்டைச் சேர்ந்த இயற்பியலாளர் எர்னஸ்ட் FF சால்ட்னி (Ernest F.F.Chaladni) என்பவர் வெளியிட்ட புத்தகத்தில் கற்கள் விண்ணிலிருந்து விழுகின்றன

என்பது பற்றி வாதிட்டிருக்கிறார். அவர் சில விண்கற்களையும் சேகரித்து வைத்திருந்தார். அதற்குப் பிறகு 1803ஆம் ஆண்டு பிரான்சு நாட்டைச் சேர்ந்த இயற்பியலாளர் ஜீன் பேப்டிஸ்ட் பையாட் *(Jean Baptistie Biot)* இவைகளைப் பற்றி தீவிரமாக ஆராய்ந்து ஓர் அறிக்கையை வெளியிட்டார். இந்த அறிக்கையானது விண்ணில் இருந்து கற்கள் விழுகின்றன என்பதை அறிவியல் உலகத்தை நம்பவைத்தது.

எரிந்து விழுந்த கற்கள்

- 1078ஆம் ஆண்டிலிருந்து இதுவரைக்கும் 15,000 எரிகற்களை ஆராய்ச்சியாளர்கள் அண்டார்டிக்கா பகுதியிலிருந்து கண்டெடுத் திருக்கிறார்கள். அண்டார்டிக்கா முழுவதும் பனி நிறைந்த பகுதியாக இருப்பதால் இம்மாதிரி எரிகற்களை எளிதில் கண்டுபிடித்து விடலாம்.
- இதுவரைக்கும் கண்டுபிடிக்கப்பட்ட விண்கற்களில் நமீபியாவில் 1920 ஆம் ஆண்டு கண்டுபிடிக்கப்பட்ட 'ஹோபா' என்ற விண் கல் தான் மிகவும் பெரியது என்று கூறப்படுகிறது. இதனுடைய எடை 1,20,000 பவுண்டுகள். இந்தக் கல் முழுவதிலும் இரும்பு இருக்கிறது.
- சீனாவில் உள்ள 'சியான் நகரத்தில் 1.9 பில்லியன் வருடங்களுக்கு முன்பு பூமியில் ஒரு கல் விழுந்திருக்கிறது. இந்தக் கல் மிகவும் கடினமானது. இதனுடைய எடை 4,000 பவுண்டுகள். இதுதான் உலகத்தில் மிகவும் பழமையான விண் கல்.
- எரிநட்சத்திரங்கள் விழும் போது அதனுடைய ஒளி பல வண்ணங்களில் தெரியும். இந்த வண்ணங்கள் அந்தந்தக் கல்லில் உள்ள இரசாயனத்தைப் பொறுத்து மாறும்.
- விண்கற்கள் பூமியின் ஈர்ப்பு விசைக்குள் நுழையும் போது மணிக்கு 25,000 மைல் வேகத்தில் ஆரம்பித்து பின்னர் மணிக்கு 1,60,000 மைல்களுக்குச் செல்லும்.
- சராசரியாக 33 மெட்ரிக் டன் விண்கற்கள் ஒவ்வொருநாளும் பூமியில் விழுந்து கொண்டிருக்கின்றன.

4

நிலவு எப்படி உருவானது?

சந்திரன் பூமியினுடைய உபகிரகம் அல்லது துணைக்கோள் என்று சொல்கிறோம். சூரியக் குடும்பத்தில் உள்ள எல்லா கோள்களுக்கும் துணைக்கோள்கள் உண்டு. ஒப்பீட்டளவில் இந்த துணைக்கோள்கள் கோள்களைவிட மிகச் சிறியவைகளே. பெரும்பாலும் சிறிய கோள்களுக்கு துணைக் கோள்கள் இல்லை. உதாரணமாக புதனுக்கும், வெள்ளிக்கும் துணைக் கோள்கள் இல்லை. செவ்வாய் சிறிய கோளாக இருந்தாலும் அதற்கு மிகச் சிறிய போபோஸ், மைமோஸ் என்ற இரண்டு துணைக் கோள்கள் உண்டு. இவைகளின் விட்டம் சில கிலோ மீட்டர்கள் அளவுடையதே.

1978ஆம் ஆண்டு ஜேம்ஸ் கிறிஷ்டி (James Christy) என்ற அமெரிக்க வானவியலாளர் அதிக தொலைவில் உள்ள புளூட்டோவுக்கு ஒரு துணைக்கோள் இருப்பதைக் கண்டுபிடித்தார். இதற்கு கெரான் என்று பெயர். புளூட்டோ தற்பொழுது குள்ளக் கோள்கள் வகையில் சேர்க்கப்பட்டிருக்கிறது.

வியாழன், சனி, யுரேனஸ், நெப்டியூன் ஆகிய பெரிய கோள்களுக்கு நிறைய துணைக்கோள்கள் உண்டு. இந்தத் துணைக்கோள்கள் அளவில் பெரியவைகள். இவைகளில் சில 3,000லிருந்து 5,000 கிலோ மீட்டர்கள் விட்டமுடையவைகள். வியாழன் கோளுக்கு ஐயோ, யுரோப்பா, கனி, கனிமீட் என்ற நான்கு பெரிய துணைக்கோள்கள் உண்டு. இதேபோல் சனிக்கும், யுரேனசுக்கும், நெப்டியூனுக்கும் துணைக்கோள்கள் உண்டு. இதில் ஒரு சில துணைக்கோள்கள் அளவில் பெரியவைகள் என்றாலும் அந்த பிரமாண்ட கோள்களோடு ஒப்பிடும் போது அவைகள் சிறியவைகளே.

பூமி ஒரு சிறிய கோள்தான் என்றாலும் இதற்கு சந்திரன் என்ற ஒரு துணைக்கோள் உண்டு. மற்ற பிரமாண்ட கோள்களையும் அவைகளின் துணைக்கோள்களையும் ஒப்பிடும் போது பூமியின் துணைக்கோள் நிலவு பெரியதுதான். இதனால் பூமியையும், நிலவையும் இரண்டு கோள்களாகவே பார்க்கப்படுகின்றது.

பூமியின் துணைக்கோள் நிலவு எப்படி உருவானது என்பதை முதன் முதலாக ஆங்கிலேய வானவியலாளர் ஜார்ஜ் ஹவார்ட் டார்வின் (George Howard Darwin 1845-1912) அறிவியல்பூர்வமாக விளக்க முற்பட்டார். இவர், ஒரு காலத்தில் நிலவும், பூமியும் ஒரே கோளாக இருந்தது. அது அதிவேகமாக சுழன்று கொண்டிருந்தது. இந்த அதிவேக சுழற்சியின் காரணமாக பூமியின் மேற்புறத்தில் உள்ள ஒரு பகுதி தூக்கி வீசப்பட்டிருக்கலாம். அப்படி வீசப்பட்ட ஒரு பகுதிதான் நிலவாக உருவாகியிருக்கலாம் என்ற கருத்தை வெளியிட்டார். பிறகு ஈர்ப்பு விசையின் காரணமாக கொஞ்சம் கொஞ்சமாக விலகிச் சென்று தற்பொழுது இருக்கும் நிலையில் நிலவு இருக்கிறது. உண்மையில் சிலகோடி வருடங்களுக்கு முன் நிலவு பூமிக்கு மிகவும் அருகில் இருந்தது.

இவருடைய கருத்து சிறிது காலம் வரை சிறந்தது என்று கருதப்பட்டது. மேலும் நிலவின் அடர்த்தி ஒரு கன சென்டி மீட்டருக்கு 3.34 கிராமாக இருக்கிறது. இது பாறைப் பொருளுக்கான அடர்த்தியைக் குறிக்கிறது. (இந்த அடர்த்தி பூமியின் மையத்தில் உள்ள இரும்புக் குழம்பின் அடர்த்தியை சேர்க்காதது) இதிலிருந்து நிலவானது பூமியின் வெளிப் பகுதியில் இருந்து பிரிந்து போனது என்றும் தெளிவாகிறது என்றார்.

மேலும் நிலவினுடைய அளவு பசிபிக் பெருங்கடலில் பொருந்திவிடக் கூடியதாக இருக்கிறது. ஆகையால் நிலவு பசிபிக் பெருங்கடலின் பகுதியிலிருந்து உடைந்து சென்றிருக்கலாம்.

தற்பொழுது பசிபிக் பெருங்கடலின் ஓரமாக நிறைய எரிமலைகள் இருப்பதற்குக் காரணம் பூமியிலிருந்து ஒரு பகுதி பிரிந்து சென்றதன் விளைவே என்றும் கருதினார்.

டார்வினுடைய இந்த கொள்கை சிறந்த வரவேற்பைப் பெற்றிருந்தாலும் இதில் சில குறைபாடுகள் இருக்கின்றன என்று இதற்குப் பின்னால் வந்த வானவியலாளர்கள் கருத்து தெரிவித்தனர். இன்றைக்கிருக்கும் பசிபிக் பெருங்கடல் காலத்தால் பல மாற்றங்களைப் பெற்றிருக்கிறது. இதே மாதிரியான ஓர் அமைப்பு பசிபிக் கடலுக்கு முன்பு இருந்ததில்லை. ஆகையால் பசிபிக் கடலின் ஓரங்களில் அமைந்துள்ள எரிமலைகளுக்கும், நிலவு பிரிந்ததுதான் காரணம் என்று சொல்வதற்கும் தொடர்பில்லை. ஆகவே, டார்வினுடைய இந்தக் கோட்பாடு ஏற்புடையது அல்ல என்று கருதினர்.

அப்படியென்றால், பூமியும் நிலவும் தனித்தனியாகவே உருவாகியிருக்கலாம் என்ற கருத்து முன்வைக்கப்பட்டது. இந்த இரண்டு புதிய சாத்தியக் கூறுகளை முன்வைத்து, அதாவது எல்லா கோள்களும் உருவான காலத்தில் பூமியும், நிலவும், தூசியும் வாயுக்களாலும் சுழன்று கொண்டிருந்த ஒரு மேகக் கூட்டத்திலிருந்து இரண்டு பகுதிகளாகப் பிரிந்து இரண்டு கோள்களாயிருக்கலாம். அல்லது பூமியும், நிலவும் இரண்டு தனித்தனி வாயு மேகங்களின் சுழற்சியால் ஏற்பட்டிருக்கலாம். இதில் நிலவின் சுற்றுப்பாதை பூமிக்கு மிக அருகில் இருந்ததால் பூமி தன்னுடைய ஈர்ப்பில் நிலாவைக் கவர்ந்து பூமியை சுற்றிவரச் செய்திருக்கலாம் என்ற கருத்தும் முன்வைக்கப்பட்டது.

பூமியும் சந்திரனும் ஒரே மேகத்தொகுப்பில் இருந்து உருவாகியிருக்கும் பட்சத்தில் பூமியின் மையத்தில் இருக்கும் இரும்புக் குழம்பு நிலவுக்கு ஏன் இல்லை என்ற கேள்வி எழுகிறது. ஆகையால் பூமியும் நிலவும் இரண்டு தனித்தனி மேகத் தொகுப்பில் இருந்து உருவாகியிருக்கலாம். இதில் பூமி பெரியதாகவும், அதிக உலோகப் பொருளைக் கொண்டதாக இருந்ததால் அதனுடைய மையக் கருவில் இரும்பு இருக்கிறது. நிலவு உருவாகும் போது, சிறியதாகவும் உலோகப் பொருட்கள் குறைவாகவும் உள்ள மேகத் தொகுப்பில் உருவாகியிருக்கலாம். அதனால், நிலவின் மையத்தில் உலோகமில்லை என்று வாதிடப்பட்டது. ஆனால், பூமி எப்படி இவ்வளவு பெரிய நிலாத் துணைக் கோளைப் பிடித்து வைத்துக் கொண்டது என்பதற்கான பெரிய ஆய்வுகள் எதுவும் இல்லை.

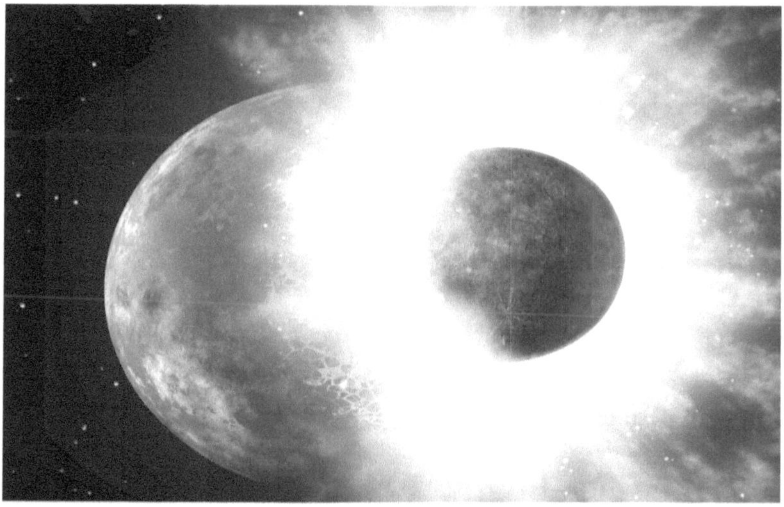

மேலே கூறப்பட்ட டார்வினுடைய அதிவேக சுழற்சிக் கோட்பாடு, நிலவும் பூமியும் ஒரு மேகத் தொகுப்பிலிருந்து உருவான கோட்பாடு, இரண்டும் இரண்டு தனித்தனி மேகத் தொகுப்பிலிருந்து உருவாகி பூமி தனது ஈர்ப்பால் பிடித்து வைத்துக் கொண்டது என்ற கோட்பாடு ஆகிய மூன்றும் திருப்திகரமான விளக்கங்களைக் கொடுக்க முடியவில்லை.

இருந்தாலும் நிலவு என்பது இருந்து கொண்டுதான் இருக்கிறது. அதைப்பற்றிய சிந்தனைகளும் ஆராய்ச்சிகளும் தொடர்ந்து கொண்டு தான் இருக்கின்றன. 1974ஆம் ஆண்டு கே. ஹார்ட்மான் (K.Hartman)

நான்காவது கருத்து ஒன்றை முன்வைத்தார். அவர் டார்வின் முன்மொழிந்த கருத்திலிருந்து ஆரம்பித்து அதாவது டார்வின் சொன்ன நிலா, பூமி இரண்டும் ஒரு தொகுதியிலிருந்து உருவானது என்பதை எடுத்துக்கொண்டாலும் அவர் அதை முழுமையாக ஏற்றுக்கொள்ளவில்லை. கோள்கள் உருவாகி சில நூறு மில்லியன் வருடங்கள்வரை அவை மிகவும் மூர்க்கத்துடன் இருந்தன.

உருவான கோள்கள் பிரிந்து கிடந்த சிறுசிறு பொருட்களை ஈர்ப்பின் விசையால் ஈர்த்து தன்னோடு இணைத்துக்கொண்டு பெரிய கோள்களாக மாறின. முடிவாக மோதல்களின் மூலமாக இன்றைக்கிருக்கும் கோள்கள் உருவாயின. பெரும்பாலும் ஆகாயத்திலுள்ள அனைத்து சிறிய பொருட்களும் மற்ற கோள்களால் ஆட்கொள்ளப்பட்டுவிட்டன.

கோள்கள் தோன்றிய காலத்தில் ஏற்பட்ட மோதல்களால் திடீரென்று பூமியின் மேலுள்ள பாறைப்பகுதி தூக்கி வீசப்பட்டு பின்னால் அது நிலவாக உருவாகியிருக்கலாம். அதனால்தான் நிலவின் மையப் பகுதியில் இரும்பு இல்லையென்ற கருத்தைத் தெரிவித்தார். இந்த நான்காவது கருத்து மிகவும் ஏற்புடையதாக இருக்கிறது. இதற்குமுன் தெரிவித்த கருத்துகளில் உள்ள பிரச்சினைகள் எதுவும் இதில் இல்லை. ஆரம்பத்தில் ஹார்ட்மான் சொன்ன கருத்து யாராலும் ஏற்றுக்கொள்ளப்படாமல் இருந்தது. ஆனால், 1984ஆம் ஆண்டு கணினியில் இரண்டு கோள்களை மோத வைத்து சோதனை செய்து பார்த்ததில் ஹார்ட்மான் கூறிய கருத்துக்கு சாதகமான பரிசோதனை முடிவுகள் இருந்தன. அதற்குப் பிறகு ஹார்ட்மான் கருத்து எல்லாராலும் ஏற்றுக்கொள்ளப்பட்டது.

நினைவில் கொள்ள வேண்டிய நிலவு விவரங்கள்

- நமது நிலவின் பரப்பளவு 1,4,6,8,000 சதுர மைல்கள் அல்லது 9.4 மில்லியன் ஏக்கர்கள்.
- நமது பூமியிலிருந்து நிலவின் 59 சதமான பகுதியை மட்டும்தான் காணமுடியும்.
- நிலவு ஒரு மணிக்கு 10 மைல் வேகத்தில்தான் சுற்றிக்கொள்கிறது. ஆனால், பூமி தன்னைத்தானே மணிக்கு 1,000 மைல் வேகத்தில் சுற்றிக்கொள்கிறது.
- முதன் முதலாக 1959ஆம் ஆண்டு அக்டோபர் மாதம் நிலவின் பகுதிகளை சோவியத் யூனியனின் லூனா-3 என்ற விண்கலம் படம் எடுத்து பூமிக்கு அனுப்பியது.
- நிலவுக்கு காந்தப் புலன் கிடையாது.
- அப்போலோ மிஷன் நிலவிலிருந்து 2,196 பாறை மாதிரிகளை இதுவரைக்கும் எடுத்து வந்திருக்கிறது. இதனுடைய எடை 382 கிலோகிராம்.
- நிலவு தன்னைத் தானே சுற்றிக் கொள்ளும் நேரமும், பூமியைச் சுற்றிவரும் நேரமும் ஒன்றாகவே இருக்கிறது. இதனால்தான் நாம் நிலவின் ஒரே பக்கத்தைப் பார்த்துக் கொண்டிருக்கின்றோம். இருந்தாலும் 59 சதமான நிலவை நம்மால் பார்க்க முடியும்.
- நிலவில் உள்ள உயர்ந்த மலையின் பெயர் ஹஜின்ஸ் (Huygens) இதனுடைய உயரம் 4,700 மீட்டர்கள். இது கிட்டத்தட்ட எவரெஸ்ட் சிகரத்தின் பாதி உயரம் (எவரெஸ்ட் உயரம் 8,848 மீட்டர்கள்)
- பூமிக்கும் நிலவுக்கும் உள்ள தூரம் 3,84,400 கி.மீட்டர்கள்.
- நிலவு பூமியைச் சுற்றும் வேகம் மணிக்கு 3,683 கி.மீட்டர்கள்.
- நிலவு பூமியைச் சுற்றிவர 22,90,000 கி.மீட்டர்கள் தூரத்தைக் கடக்க வேண்டும்.
- நம் நிலவு நம்மை விட்டு வருடத்திற்கு 3.78 செ.மீ தள்ளி சென்று கொண்டிருக்கிறது.

5

வால் பெரிதா? மீன் பெரிதா?

பூமியின் மேல் வந்து விழுந்து கொண்டிருக்கின்ற எரிநட்சத்திரங்களையும், பாறைப் பொருட்களையும் தவிர்த்து வால் நட்சத்திரங்களும் பூமியின் மீது விழும் அபாயம் இருக்கிறது. வால் நட்சத்திரங்கள் பூமியின் மீது விழுந்தால் அது மற்றவைகளைவிட பேரழிவை உண்டு பண்ணும். இப்படிப்பட்ட பேரழிவை பூமி 65 மில்லியன் வருடங்களுக்கு முன் சந்தித்தது. அப்பொழுது பூமியில் வாழ்ந்த டயோனசர்ஸ் போன்ற பிரமாண்ட உயிரினங்கள் அழிந்து ஒழிந்துவிட்டன என்பதை இதற்குமுன் பார்த்தோம் சமீபத்தில் 1908ஆம் ஆண்டு மத்திய சைபீரியாவில் விழுந்து பெரிய வெடிப்பை ஏற்படுத்தியதுகூட ஒரு வால் நட்சத்திரமாக இருக்கலாம் என்று கருதப்படுகிறது.

எரிநட்சத்திரங்கள் போல், வால் நட்சத்திரங்கள் சில நொடிகளில் நீண்ட வெளிச்சத்துடன் பூமியில் வந்து விழாது. வால் நட்சத்திரங்கள் வானத்தில் ஒரு மங்கலான வெளிச்சத்துடன் காணப்படும். இந்த வெளிச்சம் வானில் நீண்ட நாட்களுக்குத் தெரியும். பிறகு மறைந்துவிடும். கோள்கள் போன்று இதற்குத் தனிச் சுற்றுப்பாதை கிடையாது. ஆகையால் இம்மாதிரி வால் நட்சத்திரங்கள் தோன்றும் போது மக்களுக்கு பயம் ஏற்பட்டது. கோள்கள் வானில் சுற்றி வரும்போது அவைகளின் பாதையில் மாற்றமில்லாமலும், ஒழுங்குடன் இருப்பதைக் கண்டு எதிர்காலத்தைக் கணிக்க முடிந்தது. ஆனால் வால் நட்சத்திரங்கள் பூமிக்கு வரும் ஆபத்தை உணர்த்துவதாகவும், துர்தேவதைகளின் செயல்பாடும் என்று கருதினர். இருந்தாலும் சீனாவில் இதன் வருகையை நல்ல சகுனமாக கருதி வந்தார்கள்.

வால் நட்சத்திரங்கள் மங்கலான வெளிச்சத்துடன் கூடிய ஒரு பனிப்பந்து. அதற்குப் பின்னால் நீண்ட ஒளி பொருந்திய ஒரு வாலும் இருக்கும். இந்த வால் பல லட்சம் மைல்கள் நீளமுடையதாகக்கூட இருக்கும். சில சமயம் இந்த வால் பூமியைத் தொடுவதாகக்கூட அமையும். அந்தக் காலத்தில் இந்த வாலைப் பார்த்து ஒரு சோகம் நிறைந்த பெண் தனது ஆடையையும் அவிழ்த்துவிட்ட கூந்தலையும் பறக்க விட்டு வானில் செல்கிறாள் என்ற கற்பனை செய்து கொண்டார்கள். கிரேக்க மொழியில் 'காமட்' என்ற சொல் ரோமத்தைக் குறிக்கக்கூடிய ஒன்றாக இருக்கிறது. வால் நட்சத்திரம் ஒரு வாள் போன்றிருப்பதால் இது இறப்பையும் பேரழிவையும் உண்டு பண்ணும் என்று நம்பினார்கள். ஒவ்வொரு முறை வால் நட்சத்திரம் வரும் போதும், ஏதாவது பேரிழப்புகள் ஏற்படுவதையும் கண்டார்கள். ஆனால் பேரிழப்புகள் நடக்கும் போதெல்லாம் வால் நட்சத்திரம் வானத்தில் இருப்பதில்லை என்பதை அவர்கள் அறியவில்லை.

அரிஸ்டாட்டில் அந்தக் காலத்தில் வால் நட்சத்திர வருகையைக் குறித்து பகுத்தறிவோடு கூடிய விளக்கத்தைத் தர முற்பட்டார். அதாவது சுவர்க்கத்தில் உள்ள எல்லாமே நிரந்தரமானது. அது எப்பொழுதும் மாறாதது. வால் நட்சத்திர வருகை என்பது தற்காலிகமானது என்றார். இவைகள் எரியக்கூடிய வாயுக்களால் வாயு மண்டலத்தின் மேலே நடக்கக்கூடியவைகள். இது சதுப்பு

நிலத்தில் இருந்து வரக்கூடிய வாயுக்களால் ஏற்படுகிறது என்றார். இந்தக் கோட்பாட்டில் உண்மை இல்லையென்றாலும் ஓரளவு சிந்திக்கக்கூடிய ஒன்றாக இருந்தது. இது சாதாரண மக்களின் பயத்தை ஓரளவு போக்க உதவியது. இந்த நவீன காலத்திலும் இன்னும் மக்களில், பூமி தட்டையானது என்றும், வால் நட்சத்திரம் வந்தால் அது பூமியில் உள்ளவர்களுக்கு ஆகாது. தலைவர்கள் இறந்து போவார்கள் என்று நம்பிக்கை யுடையவர்கள் நிறையவே உள்ளனர்.

ஜெர்மன் நாட்டைச் சேர்ந்த ரீஜியோ மாண்டனஸ் *(Regio Montanus 1436-1476)* என்ற வானவியலாளர் 1473 ஆம் ஆண்டு வானில் தெரிந்த வால் நட்சத்திரத்தை தினந்தோறும் இரவு வானில் பார்த்து பதிவு செய்த முதல் வானவியலாளர். அதற்குப் பிறகு 1540 ஆம் ஆண்டு ஜெர்மன் வானவியலாளர் பெட்ரஸ் அபியானஸ் *(Petrus Apianus 1495-1552)* ஒரு புத்தகத்தை வெளியிட்டார். இதில் இவர் ஐந்து வால் நட்சத்திரங்களைப் பற்றி குறிப்பிட்டிருந்தார். அதில் எல்லா வால் நட்சத்திரங்களின் வால்களும் சூரியனுக்கு எதிரே அமைகிறது என்ற விஞ்ஞான ரீதியான கருத்தை முதலில் வெளியிட்டார். 1577 ஆம் ஆண்டு ஒரு பிரகாசமான வால் நட்சத்திரம் வானில் தெரிந்தது. டைகே பிராகே அதனுடைய தூரத்தை அளக்க முயற்சி செய்தார். ஆனால், அப்பொழுது அவரால் முடியாமல் போனது.

நியூட்டன் புவி ஈர்ப்பு விசையின் விதிகளை கண்டறிந்தார். இந்த விதி விண்வெளியில் உள்ள எல்லாவற்றிற்கும் பொருந்தும் என்றார். ஆகையால் வால் நட்சத்திரங்கள் கண்டிப்பாக சூரியனின் ஈர்ப்பு விசைக்குள் மாட்டி அவை சூரியனைச் சுற்றி வரும். கிரகங்களுக்கும், வால் நட்சத்திரங்களுக்கும் ஒரு வேறுபாடு உண்டு. அதாவது கிரகங்கள் சூரியனை நீள்வட்டப் பாதையில் சுற்றுகின்றன என்றாலும் அவை பெரும்பாலும் வட்ட வடிவமுடையவை தான். கொஞ்சம்தான் வித்தியாசப்படுகின்றன. ஆனால் வால் நட்சத்திரங்கள் சூரியக் குடும்பத்தில் நுழைந்து சூரியனை மிகவும் பர வளைவுப் பாதையில் சுற்றி திரும்பிப் போனால் அது மீண்டும் வராது.

நியூட்டனின் நண்பரான எட்மண்ட் ஹாலி (1656-1742) வால் நட்சத்திரங்களைப் பற்றி ஆய்வு செய்து அதுநாள் வரைக்கும் தெரியாத சில உண்மைகளைக் கண்டறிந்தார். அவர் வால் நட்சத்திரங்களைப் பற்றிய பழைய தரவுகளையெல்லாம் அலசி ஆராய்ந்தார். அப்பொழுது 1456, 1531, 1607ஆம் வருடங்களில்

வந்த வால் நட்சத்திரங்களையும் அதைத் தொடர்ந்து 1682ஆம் வருடம் வந்த வால் நட்சத்திரத்தை ஹாலியே நேரில் கண்டார். இந்த வால் நட்சத்திரங்கள் எல்லாமே ஒன்றுதான். இந்த வால் நட்சத்திரம் நீள்வட்டப் பாதையில் சுற்றி எழுபத்தைந்து அல்லது எழுபத்தாறு வருடத்திற்கு ஒருமுறை சூரியனை சுற்றி வருகிறது என்பதைக் கண்டறிந்தார். இது மீண்டும் 1758ஆம் வருடம் திரும்பி வரும் என்று அனுமானித்தார். அதேபோல் 1759ஆம் வருடம் அந்த வால் நட்சத்திரம் திரும்பி வந்தது. ஆனால், அதைப் பார்க்க அவர் உயிருடன் இருக்கவில்லை.

இந்த வால் நட்சத்திரத்திற்கு ஹாலி வால் நட்சத்திரம் என்று பெயர் வைக்கப்பட்டது. இந்த வால் நட்சத்திரம் 1986 ஆம் ஆண்டு மீண்டும் வந்தது. ஆனால் அது பூமிக்கு அருகில் வராமல் தொலைவில் சூரியனைச் சுற்றிச் சென்றது. அதனால் இந்தத் தடவை ஹாலியின் தரிசனம் பூமியில் இருப்போருக்கு பெருங்காட்சியாக அமையவில்லை. ஹாலியின் இந்தக் கண்டுபிடிப்பு பல புதிர்களை அவிழ்த்தது. அதிலிருந்து புதிய வால் நட்சத்திரங்கள் கண்டுபிடிப்பும் ஆராய்ச்சிகளும் தொடர்கின்றன.

6

வால் நட்சத்திரங்கள் எங்கிருந்து வருகின்றன?

பெரும்பாலான வால் நட்சத்திரங்கள் குறைவான ஆயுள் உடையவை என்று கூறப்படுகிறது. அப்படியென்றால் அவை எல்லாம் அழிந்துவிடாமல் சூரியன் உருவான காலந்தொட்டு இன்னும் வந்து கொண்டிருக்கின்றனவே. அது எப்படி சாத்தியமாகும்? வால் நட்சத்திரங்கள் சூரியன் அருகே வரும்போது ஆவியாகிப் போவதும், உடைந்து விடுவதும் உண்டு. சில சமயம் வால் நட்சத்திர மையத்தில் உள்ள பாறை மட்டும் எஞ்சி நிற்கும். இப்படிப்பட்ட சூழலில் எல்லா வால் நட்சத்திரங்களும் மறைந்து போய் இருக்க வேண்டுமே. சூரியன் தோன்றி 4.6 பில்லியன் வருடங்களாக எப்படி இன்னும் அவை வந்து கொண்டிருக்கின்றன.

இதைப்பற்றி நாம் நினைக்கும் போது நமக்கு இரண்டு வித சாத்தியக் கூறுகள்தான் தெரிகின்றன. அதாவது வால் நட்சத்திரங்கள் தொடர்ந்து வந்து கொண்டிருப்பதற்குக் காரணம் புதிய வால் நட்சத்திரங்கள் உருவாகிக் கொண்டிருக்கலாம் அல்லது ஏற்கெனவே உருப்பெற்ற வால் நட்சத்திரங்கள் இன்னும் அழிந்து போகாமல் இருந்து கொண்டிருக்கலாம். மேற்சொன்ன இரண்டில் புதிய வால் நட்சத்திரங்கள் உருவாவது என்பது இப்பொழுது நடை பெறுவதற்கு வாய்ப்பில்லை என்று வானவியலாளர்கள் திட்டவட்டமாக நம்புகிறார்கள்.

இரண்டாவதாகச் சொல்லப்பட்ட கருத்திற்கு ஆதரவு அதிகமாக இருக்கிறது. 1950ஆம் ஆண்டு டச்சு நாட்டைச் சேர்ந்த ஜான் ஹென்டிரிக் ஊர்ட் (John Hendrik Oort) என்ற வானவியல் விஞ்ஞானி சூரியன் தோன்றிய காலத்தில் மற்ற எல்லாக் கோள்களும், வால் நட்சத்திரங்களும் உருவாகியிருக்கலாம். அதாவது சூரியன் உருவான காலத்தில் சூரியனைச் சுற்றிக் கொண்டிருந்த வாயு மேகங்கள் திரண்டு கெட்டிப்பட்டு வால் நட்சத்திரங்களாக

மாறியிருக்கலாம். அவைகள் கோள வடிவமில்லாமல் ஒழுங்கற்ற வடிவங்களில் இருந்து கொண்டிருக்கின்றன. இம்மாதிரியான பொருட்கள் குறைந்தது 100 பில்லியன் எண்ணிக்கையில் சூரியக் குடும்பத்தின் கடைசியில் சுற்றி வருகின்றன. இவைகள் நமது கோள்களைத் தாண்டி சூரியனின் ஈர்ப்பு விசை முடியும் எல்லையில் அதாவது 3 ஒளியாண்டுத் தொலைவில் இருக்கின்றன. இப்படி நிலை கொண்ட இந்தப் பனிப்பாறைகள் பூமியைப் போன்று 40 மடங்கு நிறைக்குச் சமம் என்று ஒப்பிடப்படுகின்றன. இவைகள் 'ஊர்ட் மேகங்கள்' என்று அழைக்கப்படுகின்றன. இந்த ஊர்ட் மேகங்களின் இருப்பிடங்களுக்குச் சென்று இன்னும் யாரும் பார்க்கவில்லையென்றாலும் தற்பொழுது வரும் வால்மீன்கள் அந்தப் பகுதியிலிருந்துதான் வருகின்றன என்று கருதப்படுகிறது.

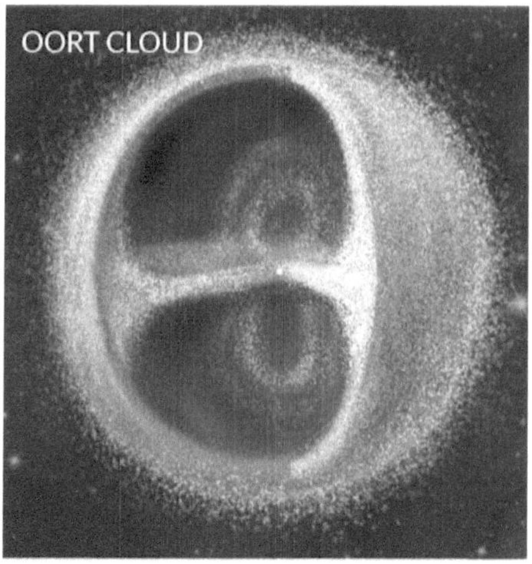

இந்த ஊர்ட் மேகங்கள் மிகவும் மெதுவாக சூரியனைச் சுற்றி வருகின்றன. இவைகள் ஒருமுறை சூரியனைச் சுற்றிவர பல லட்சம் வருடங்கள் ஆகலாம். இம்மாதிரி சுற்றிக் கொண்டிருக்கையில் இரண்டு வால்மீன்கள் ஒன்றோடொன்று மோதிக்கொண்டாலோ அல்லது பக்கத்து நட்சத்திரங்களின் ஈர்ப்பு விசை காரணமாகவோ இந்த வால் மீன்களின் பாதை மாறுபடலாம். இந்தச் சூழலில் ஒரு வால் மீனின் சுற்றுப்பாதை மிகவும் பெரிதாகி சூரியக் குடும்பத்தை விட்டு நிரந்தரமாக வெளியேறி போய்விடவும் வாய்ப்புண்டு. சில நேரம் வேகம் குறைந்து உட்கோள்களுக்குள் நுழைந்து சூரியனைச் சுற்றி செல்வதும் உண்டு. இவ்வாறு வரும்போது பூமியின் வானப் பகுதியில் வால் மீனாக காண்பதற்கு காட்சி தரும். வானவியலாளர் ஊர்ட்டின் கணக்குப்படி சூரியனின் வாழ்நாளில்

ஐந்தில் ஒரு பகுதி ஊர்ட் மேகங்களில் உள்ள வால் மீன்கள் மேற்குறிப்பிட்ட காரணங்களால் சூரியக் குடும்பத்தை விட்டு விலகிப் போயிருக்கலாம் அல்லது சூரியக்கோள்களுக்குள்ளே வந்து சூரியனில் விழுந்து ஆவியாகிப் போயிருக்கலாம் என்று கருதப்படுகிறது.

வால் நட்சத்திர வகைகள்

- இதுவரைக்கும் 4,000க்கும் மேற்பட்ட வால் நட்சத்திரங்களைக் கண்டுபிடித்திருக்கிறார்கள். ஆனால், இன்னும் பல மில்லியன் வால் நட்சத்திரங்கள் இருக்கலாம் என்று விஞ்ஞானிகள் கருதுகிறார்கள்.
- வால் நட்சத்திரங்கள் பல்வேறு வடிவங்களிலும் அளவுகளிலும் காணப்படுகின்றன. இதில் குறுகிய கால வால் நட்சத்திரங்கள் குய்ப்பர் பட்டையில் இருந்து வருகின்றன. இந்த குய்ப்பர் பட்டை என்பது ஒரு தட்டு வடிவில் நெப்டியூன் சுற்றுப்பாதையைத் தாண்டி அமைந்திருக்கிறது. இதிலிருந்து வரும் வால் நட்சத்திரங்கள் 200 வருடங்களுக்குள்ளாக சூரியனைச் சுற்றிச் செல்லும்.
- நீண்ட கால வால் நட்சத்திரங்களும் உண்டு. உதாரணமாக சமீபத்தில் வந்து சூரியனில் உடைந்து விழுந்து எரிந்து போன ஐசான் வால் நட்சத்திரங்கள் போன்றவைகளும் இருக்கின்றன. இந்த நீண்ட கால வால் நட்சத்திரங்கள் ஊர்ட் மேகங்களிலிருந்து வருகின்றன. இந்த ஊர்ட்மேகங்கள்தான் ஆயிரக்கணக்கான வால் நட்சத்திரங்களின் இருப்பிடம். இது குய்ப்பர் பட்டையைப் போல் பல ஆயிரம் மடங்கு தூரத்தில் இருக்கிறது. அதாவது ஊர்ட் மேகங்கள்தான் சூரியக் குடும்பத்தின் ஓர விளிம்பு என்று சொல்லலாம். இதிலிருந்து வரும் வால் நட்சத்திரங்கள் ஒரு முறை வந்து போக பல மில்லியன் வருடங்கள் ஆகும். சில அதிபரவளைவுப் பாதை கொண்ட வால் நட்சத்திரங்களும் உண்டு. ஒரு தடவை வந்து சென்றால் அவை மீண்டும் வராது.

7

குயிப்பர் பட்டை

குயிப்பர் பட்டை என்பது தட்டு வடிவமான ஒரு பகுதி. இந்தப் பகுதி நெப்டியூன் கோளைத் தாண்டி 30 லிருந்து 55 வான் எல்லைகள் வரைக்கும் (ஒரு வான் எல்லை என்பது சூரியனுக்கும் பூமிக்கும் உள்ள தொலைவு) பரவியிருக்கிறது. இந்தப் பகுதியில் சுமாராக 100 கி.மீ. குறுக்களவு கொண்ட ட்ரில்லியன் அல்லது அதற்கும் மேற்பட்ட பனிப்பாறை களாலான வால் நட்சத்திரங்கள் இருக்கலாம் என்று நம்பப்படுகிறது.

நமது சூரியக் குடும்பத்திலுள்ள குள்ளக் கோளான புளூட்டோ நமக்குத் தெரிந்த குயிப்பர் பட்டையின் ஒரு பெரிய வான் பொருள் என்று சொல்லலாம். இந்த குயிப்பர் பட்டையில் இருந்துதான் பெரும்பாலான வால் நட்சத்திரங்கள் வந்து செல்கின்றன. இங்கிருந்து வால் நட்சத்திரங்கள் சூரியக் குடும்பத்திற்குள் பயணம் செய்தால் அவை சூரியனைச் சுற்றி மீண்டும் வருவதற்கு 200 வருடங்களோ அல்லது அதற்குக் குறைவான காலமோ ஆகும். இவற்றைக் குறுகிய கால வால் நட்சத்திரங்கள் என்பர். இந்த வால் நட்சத்திரங்கள் கிட்டத்தட்ட கோள்கள் சூரியனைச் சுற்றும் சம தளத்திலேயே சுற்றுகின்றன. இந்த குயிப்பர் பட்டையிலுள்ள பனிப் பாறைப் பொருள்கள் சூரியன் தோன்றிய காலத்தில் அதாவது 4.6 பில்லியன் வருடங்களுக்கு முன்பு விடுபட்டுப் போன மிச்ச சொச்சங்கள் என்றே சொல்லலாம்.

இம்மாதிரி விசித்திரமான பொருட்கள் இருக்கும் இடத்தை வானவியலாளர்கள் குயிப்பர் பட்டை என்று அழைக்கின்றனர். இங்கே இருக்கும் பொருள்கள் பற்றிய விவரத்தை 1992 ஆம் ஆண்டு டேவ் ஜேவிட் (Deve Jewitt) மற்றும் ஜேன் லூ (Jan Luu) ஆகிய இரு விஞ்ஞானிகள் வெளிச்சத்திற்குக் கொண்டு வந்தார்கள். இவர்கள் இருவரும் சூரியக் குடும்பத்திற்கு அப்பாலுள்ள விண்வெளியில் ஒன்றுமில்லை என்பதை நம்பவில்லை. அவர்கள் 1987ஆம் ஆண்டிலிருந்து நெப்டியூனுக்கு அடுத்து ஏதாவது வான்

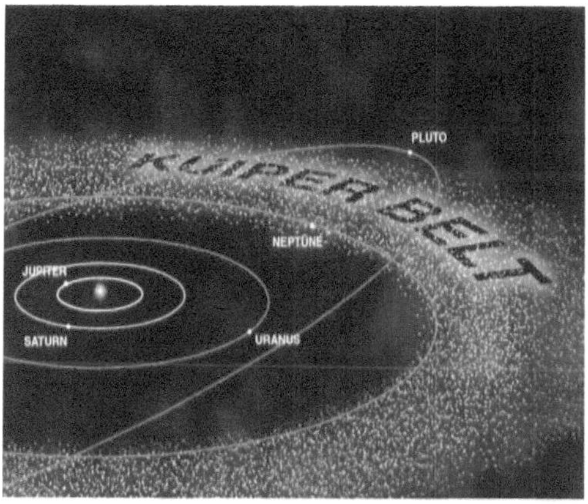

பொருள்கள் தென்படுகின்றனவா என்று ஹவாய் பல்கலைக் கழகத்தில் உள்ள 2.2 மீட்டர் தொலை நோக்கி வழியாக வானத்தை ஆராய்ந்து கொண்டிருந்தார்கள். ஐந்து வருடங்களுக்குப் பிறகு புளூட்டோவைத் தாண்டி 44 வான் எல்லைகளுக்கப்பால் ஒரு சிவப்பு நிறப் புள்ளி தென்படுவதைக் கண்டார்கள். அதற்கு அவர்கள் "ஸ்மெய்லி" (Smily) என்று பெயர் கொடுத்தார்கள். ஆனால் அட்டவணைப்படி "1992 QBI" என்ற எண் கொடுக்கப்பட்டது.

1951ஆம் ஆண்டு ஜெரார்டு குயிப்பர் (Jerard Kuipper) நெப்டியூனைத் தாண்டி பனிப் பொருட்களாலான ஒரு பட்டை இருக்கலாம் என்பதை அனுமானித்தார். இதனால் இதற்கு 'குயிப்பர் பட்டை' என்று பெயர் கொடுக்கப்பட்டது. இவர் இவ்வாறு முன் மொழிந்த விடயம் வால் மீன்கள் எங்கிருந்து வருகின்றன என்ற புதிருக்கு பதிலாக அமைந்தது. இங்கிருந்து வரும் வால் மீன்கள் குறைவான கால இடைவெளியில் சூரியனைச் சுற்றி செல்வதுண்டு. இவற்றைக் குறுகிய கால வால் நட்சத்திரங்கள் என்று அழைப்பதுண்டு என்று முன்னால் பார்த்தோம்.

ஒவ்வொரு தடவையும் இந்த வால் மீன்கள் சூரியனைச் சுற்றி விட்டு செல்லும் போது நிறைய பனிப் பொருள்களை ஆவியாக்கிவிட்டுச் செல்லும். சில நூறு அல்லது ஆயிரம் வருடங்களில் அவை இல்லாமலேகூட போய்விடலாம். சில வால் நட்சத்திரங்கள் சூரியனுக்கு அருகில் வரும் போது வெடித்துச் சிதறி ஆவியாகிப் போவதும் உண்டு. சமீபத்தில் ஐசான் வால் நட்சத்திரம் இவ்வாறு வெடித்துச் சிதறி ஆவியாகி விட்டது. (ஐசான் வால் நட்சத்திரம் குயிப்பர் பட்டையில் இருந்து வந்த வால் நட்சத்திரமல்ல) இவற்றைக் குறை ஆயுள் கொண்ட வால் மீன்கள்

எனலாம். வானவியலாளர்கள் இந்த குயிப்பர் பட்டையிலிருந்து வரும் வால் மீன்களைத்தான் கண்டுபிடித்து வருகிறார்கள்.

குயிப்பர் அனுமானப்படி சூரியன் உருவான காலத்தில் விடுபட்டுப் போன மிச்சங்களை கருப்பு வால் மீன்கள் என்றும் அழைப்பதும் உண்டு. காரணம் சூரிய வெளிச்சமில்லா இடங்களில் இவைகள் இருக்கின்றன. இவைகள் நெப்டியூனைத் தாண்டி ஒரு பட்டை போல் சூரியனைச் சுற்றி வருகின்றன என்று குயிப்பர் சொன்னார். இந்த பனிப் பொருட்கள், ஒன்றோடொன்று ஒட்டியில்லாமல் அவைகள் எல்லாம் தனித் தனியானவைகளாக இருக்கின்றன என்றும், அவைகளில் எப்பொழுதாவது ஒன்று ஏதோ ஈர்ப்பு விசையினாலோ அல்லது மோதல்களினாலோ சூரியக் குடும்பத்திற்குள் நுழைந்து சூரியனைச் சுற்றிச் செல்வதுண்டு.

இந்த குயிப்பர் பட்டை அதிக தொலைவில் இருப்பதால் அதிலிருக்கும் பொருட்களின் அளவுகளை அளப்பதுவும் சிரமம். இருந்தாலும் சில பொருட்கள் அவற்றின் தரைப் பரப்பின் பிரதிபலிப்பை வைத்து தோராயமாக கணக்கிடப்படுகின்றன. விண்வெளியில் நிறுத்தப்பட்டிருக்கும் "ஸ்பிட்சர்" (Spitzer) என்ற அகச் சிவப்பு தொலை நோக்கி தரும் தகவல்களை வைத்து இவற்றின் அளவுகளை கணக்கிட முடிகிறது.

செட்னா (Sednah) என்பது புளூட்டோ அளவில் பாதி இருக்கக்கூடிய ஒரு குள்ளக் கோள். இதை 2004ஆம் ஆண்டு கண்டுபிடித்தார்கள். இது ஒரு முறை சூரியனைச் சுற்றி வர 10,500 ஆண்டுகள் ஆகுமாம்.

2005ஆம் ஆண்டு ஜூலை மாதம் மற்றொரு கோள் குயிப்பர் பட்டையில் கண்டுபிடிக்கப்பட்டது. இது புளூட்டோவைவிட பெரியது என்று கணக்கிடப்பட்டது. இதனுடைய பெயர் எரிஸ் (Eris). இதற்கு ஒரு சிறிய துணைக்கோள் இருக்கிறது. இதன் பெயர் டைசுனோமியா (Dysnomia) இது சூரியனைச் சுற்றி வர சற்றேறக்குறைய 580 வருடங்கள் ஆகும் என்று கணக்கிடப்பட்டது. இந்த எரிஸ் கண்டுபிடித்த பிறகு தான் புளூட்டோவை ஒரு கோளாக வைக்க வேண்டுமா வேண்டாமா என்ற விவாதம் வந்தது. இந்த விவாதம் சர்வதேசிய விண்வெளி ஆராய்ச்சியாளர்கள் மாநாட்டில் விவாதிக்கப்பட்டு கோள்களுக்கான விதிமுறைகள் வகுக்கப்பட்டன. அந்த விதிமுறைகளால் புளூட்டோ கோளுக்கான அந்தஸ்தை இழந்தது. முடிவில் புளூட்டோ, எரிஸ் மற்றும் சிரஸ் என்ற விண்கல் ஆகிய மூன்றும் குள்ளக் கோள்களாக அட்டவணைப்

படுத்தப்பட்டன. இதற்கு அடுத்து 2008ஆம் ஆண்டு மேலும் இரண்டு குள்ளக்கோள்கள் ஹமியா (Haumea), மேக்கிமேக்கி (Makemake) கண்டுபிடிக்கப்பட்டன.

நாசாவின் நியு ஹாரிசன் விண்கலம் புளூட்டோ கோளைக் கடந்து சென்று கொண்டிருக்கிறது. இது குயிப்பர் பட்டையில் உள்ள பொருள்களைப் பற்றிய ஆய்வைத் தெரிவிக்கும். எப்படியும் மேலும் ஒரு குள்ளக் கோளை கண்டுபிடிக்கும் என்று கருதப்படுகிறது.

இந்த வான் பொருள்கள் அல்லது வால்மீன்கள் அதிகமாக உள்ள பகுதி குயிப்பர் பட்டை என்று அழைக்கப்பட்டாலும் சில நேரங்களில் இந்த பட்டையை எட்ஜ்வொர்த் - குயிப்பர் பட்டை என்றும் அழைக்கின்றனர். காரணம் 1943 ஆம் ஆண்டு எட்ஜ்வொர்த் என்பவர் கோள்களைத் தாண்டி வால் மீன்கள் அதிகமாக உள்ள ஒரு பகுதி இருக்கலாம் என்று நினைத்தார். இதனால் அவர் பெயரையும் சேர்த்து எட்ஜ்வொர்த் - குயிப்பர் பட்டை என்று அழைக்கின்றனர்.

சில முக்கிய வருடங்கள்

- *1943:* கென்னெத் எட்ஜ்வொர்த் கோள்களைத் தாண்டி வால்மீன்கள் அதிகம் உள்ளே இருக்கலாம் என்று நினைத்தார்.
- *1951:* ஜெரார்டு குயிப்பர் பனிப்பாறைகள் அடங்கிய பகுதி ஒன்று நெப்டியூன் கோளுக்கப்பால் இருப்பதை அனுமானித்தார்.
- *1992:* ஐந்து வருட தேடலுக்குப் பிறகு வானவியலாளர்கள் டேவ் ஜுவிட் மற்றும் ஜென் லூ வும் ஒரு குயிப்பர் பட்டை பொருளை கண்டுபிடித்தனர். அதை KBO, 1992QBI என்று அட்டவணைப் படுத்தினார்கள்.
- *2002 :* பலேமரில் உள்ள 48 அங்குல ஓஸ்ச்சின் தொலை நோக்கியை பயன்படுத்தி சில நூறு கி.மீ. விட்டமுள்ள ஒரு குள்ளக் கோளைக் கண்டுபிடித்தனர். இது 1930ஆம் ஆண்டு படம் எடுக்கப்பட்டது. ஆனால் அந்தப் படத்தில் இந்தக் கோள் - தன் கண்டுபிடிக்கப்படாமல் விடுபட்டது.
- *2004:* வானவியலாளர்கள் ஓஸ்ச்சின் 48 அங்குல தொலை நோக்கியைப் பயன்படுத்தி சேத்னா (2003 VB12) என்ற கா குள்ளக்கோளை கண்டுபிடித்தனர்.
- *2005 :* வானவியலாளர்கள் எரிஸ் என்ற, புளூட்டோவைவிட சற்று பெரிய கோளைக் கண்டுபிடித்தனர்.
- *2008:* குயிப்பர் பட்டையிலுள்ள மேலும் மூன்று குள்ளக் கோள்கள், ஈஸ்டேர்பன்னி, மேக்கி மேக்கி மற்றும் ஹமியா ஆகியவை கண்டுபிடிக்கப்பட்டன.

8

ஊர்ட் மேகங்கள்

வால் நட்சத்திரங்கள் எங்கிருந்து வருகின்றன என்ற தலைப்பில் ஊர்ட் மேகங்களைப் பற்றி பார்த்தோம். மேலும் சில விவரங்களைக் காணலாம். ஊர்ட் மேகங்கள் மகத்தானதொரு கோள வடிவிலான வால்மீன் கூட்டங்கள். இவை நமது கோள்கள் அனைத்தையும் தாண்டி கிட்டத்தட்ட சூரியனிலிருந்து மூன்று ஒளி ஆண்டுகள் அதாவது 30 ட்ரில்லியன் கி.மீ. தொலைவில் இருக்கிறது. இவ்வளவு அளப்பரிய தூரத்தில் சூரியனின் எல்லாவித பௌதீக குணாம்சங்களும், ஈர்ப்பு விசையும், இயங்கு விசைகளுமே முற்றுப்பெற்றுப் போயிருக்கும். ஆகையால் இதை சூரியனின் விளிம்பு நிலைப் பகுதி என்று சொல்லலாம்.

இந்த ஊர்ட் மேகங்களில்தான் பல மில்லியன் கி.மீ. தொலைவிற்கு வால் மீன்கள் சஞ்சரிக்கின்றன. இந்தப் பகுதியில் சூரியனின் எல்லாவித சக்திகளும் குறைந்து போயிருக்கும். இந்த நிலையில் சில நட்சத்திரங்களின் இயக்கமோ அல்லது வேறு ஏதாவது சக்திகளோ இந்த வால் மீன்களின் பாதைகளை சூரிய குடும்பத்திற்குள்ளோ அல்லது நட்சத்திரங்களுக்கிடையேயோ மாற்றி விடலாம். உண்மையாக இந்த வால் மீன்கள் ஊர்ட் மேகங்களின் விளிம்பில்தான் இருக்கின்றன. இந்தக் கோள வடிவிலான ஊர்ட் மேகங்களின் மையம் அதிக வால் மீன்களுடையதாக இருக்கும். இந்த ஊர்ட் மேகங்களின் வெளிப்புறத்தில் மட்டும் சுமார் 6 ட்ரில்லியன் வால் மீன்கள் இருக்கலாம் என்று கருதப்படுகிறது.

இந்த ஊர்ட் மேகங்கள் அடிக்கடி நட்சத்திரங்களின் ஈர்ப்பினாலும் அல்லது ஏதாவது நட்சத்திரம் கடக்கும் போதும்

அல்லது பிரமாண்டமான அணு மேகங்களின் ஈர்ப்பினாலும் பாதிக்கப்படலாம். நட்சத்திரங்களுக்கிடையேயான இந்த அணு மேகங்கள் என்பது சூரியனைவிடப் பெரியவை. இந்த அணு மேகத் தொகுப்பில் மிகவும் குளிரடைந்த ஹைட்ரஜன் இருக்கிறது. இது தான் சூரிய குடும்பம் போல் உள்ள நட்சத்திரங்களின் பிறப்பிடம். இம்மாதிரி அணு மேகங்கள் எப்பொழுதாவது 300லிருந்து 500 மில்லியன் வருடங்களுக்கு ஒரு முறை ஊர்ட் மேகங்களைத் தனது ஈர்ப்பினால் அசைத்து விடுவதும் உண்டு. இவ்வாறு அசைத்து விடும் போது ஊர்ட் மேகங்களில் உள்ள வால் மீன்கள் தாறு மாறாக இடம் பெயர்வதும் உண்டு.

பால் வெளி மண்டலத்திலுள்ள நட்சத்திரங்களின் ஈர்ப்பு அலைகளினாலும், பால் வெளி மண்டல மையத்தின் ஈர்ப்பலைகளினாலும் ஊர்ட் மேகங்கள் பாதிக்கலாம். இவ்வாறு பாதிக்கப்படும் சில வால் மீன்கள் நட்சத்திரங்களிடையேயான வெளியில் சென்று விடுவதும் உண்டு. சில வால் மீன்கள் சூரியக் குடும்பத்திற்குள் நுழைந்து சூரியனைச் சுற்றுவதும் உண்டு.

இந்த ஊற்று மேகங்களின் மொத்த நிறை பூமியைப் போன்று 40 மடங்கு நிறைக்கு சமமாக இருக்கலாம் என்று கணக்கிடப்பட்டிருக்கிறது. இங்கிருந்து வரும் வால் மீன்கள் நீண்ட கால வால் மீன்களாக இருக்கும். இவை இவ்வாறு வரும் போது சில கோள்களின் ஈர்ப்பு விசையால் ஈர்க்கப்படும் போது அவை குறுகிய கால வால் மீன்களாக மாறிப்போவதும் உண்டு. இவ்வாறு மாறியவைகளில் ஹாலி வால்மீன், ஸ்விப்ட் - டியூட்டில் வால் மீன்கள் என்று கருதப்படுகிறது. இந்த வால் மீன்கள் வாயுக்களையும், தூசுப்பொருட்களையும் இழக்கும் போது

அவற்றின் சுற்றுப் பாதை மாறுவதும் உண்டு. இந்த வால் மீன்கள் ஒரு தடவை வந்து சென்றால், அவை மீண்டும் வருவதற்கு 200 லிருந்து ஒரு மில்லியன் வருடங்கள்கூட ஆகலாம். முதல் முறையாக கோள்களுக்கிடையே பயணம் செய்யும் வால் மீன் சராசரியாக 44,000 (AU) வான் எல்லைகள் தொலைவில் இருந்து வரலாம்.

நீண்ட கால வால் மீன்கள் எந்த நேரத்திலும் எந்தத் திசையிலும் தோன்றலாம். சமீபத்தில் வந்த ஹயாகுட்டாக்கே மற்றும் ஹேல்பாப் இந்த ஊர்ட் மேகங்களில் இருந்து வந்தவைதாம்.

ஊர்ட் மேகங்கள் - சில உண்மைகள்

- ஊர்ட் மேகங்கள் 2,000 அல்லது 5,000 வான் எல்லைகளில் ஆரம்பித்து 50,000 வான் எல்லைகள் வரைக்கும் வியாபித்திருக்கின்றன.
- சில விஞ்ஞானிகள் இந்த ஊர்ட் மேகங்கள் 1,00,000 லிருந்து 2,00,000 வான் எல்லைகள் வரைக்கும் நீண்டிருக்கின்றன என்று கூறுகிறார்கள்.
- சூரியக் குடும்பத்தின் எல்லை என்பது ஊர்ட் மேகங்களின் கடைசிவரை இருக்கிறது. அதாவது சூரியனின் ஈர்ப்பு என்பது ஊர்ட் மேகங்களில் முடிவடைகிறது.
- ஊர்ட் மேகங்களில் உள்ள பொருட்கள் எல்லாம் பனியால் ஆனது. இதில் முக்கியமாக மீத்தேன், அமோனியா மற்றும் தண்ணீர் இருக்கிறது.
- ஊர்ட் மேக வெளி வட்டத்தில் 1 கி.மீ. விட்டமுடைய வால் மீன் கருக்கள் (Comet Nucleus) இருக்கலாம் என்று அனுமானிக்கப்படுகிறது.
- சூரியன் உருவான காலத்தில் ஊர்ட் மேகங்கள் சூரியனுக்கு அருகில் இருந்தன. பின்னால் பிரமாண்டமான வாயுக் கோள்கள் உருவான பிறகு அவைகளுக்கிடையேயான ஈர்ப்பு விசைகளின் காரணமாக அவை ஒரு நீளமான பரவளைவு அல்லது நீள் வட்டப் பாதைக்குத் தள்ளப்பட்டன.
- நாம் நினைப்பது போல் ஊர்ட் மேகங்களில் உள்ள பொருட்கள் (Objects) மிகவும் நெருக்கமாக இருக்கக் கூடியவைகள் அல்ல.. அவை ஒவ்வொன்றுக்கும் இடையே பல மில்லியன் கி.மீ. இடைவெளி இருக்கின்றன.

9

நட்சத்திரங்களிலிருந்து ஒளி மட்டும்தான் வருகிறதா?

1900ஆம் ஆண்டு வரை சூரியக் குடும்பத்திற்கு அப்பாலுள்ள நட்சத்திரங்களில் இருந்து ஒளி மட்டும்தான் வருகிறது என்றே கருதி வந்தார்கள். ஆனாலும் இப்படி வரும் இந்த ஒளியை வைத்து ஒரு நட்சத்திரத்தின் இருப்பிடம், பிரதிபலிப்பு, அதனுடைய இயக்கம், வெப்பம், அதற்குள் இருக்கும் இரசாயனம், அதனின் ஈர்ப்புத்தன்மை போன்ற பல்வேறு விவரங்களை நாம் தெரிந்து கொள்ள முடிகிறது.

பொருட்களின் கதிரியக்கம் பற்றி 1896ஆம் ஆண்டு கண்டுபிடித்த பிறகு விஞ்ஞானிகளால் கதிரியக்கம் பற்றி கண்டு கொள்ள பல்வேறுவித உபகரணங்களை உருவாக்க முடிந்தது. மிகச் சிறிய அளவிலான கதிர் வீச்சைக்கூட கண்டறிய முடியும் என்ற நிலை உருவானது. இம்மாதிரி வரும் கதிரியக்கங்களை ஈயத்தினாலான தடுப்பு, ஈர்த்து வைத்துக்கொள்ள முடியும் என்றும், ஈயத்தின் தடுப்புச் சுவரின் தடிமனை அதிகரித்து அவற்றைத் தடுத்து நிறுத்தி கதிரியக்க சக்தியின் அளவைக் கணக்கிட முடியும் என்றும் நினைத்தார்கள். ஆனால், போதுமான அளவு கதிரியக்கத்தைத் தடுக்கும் தடுப்புகளை வைத்த பிறகும் சக்தி வாய்ந்த கதிரியக்கம் எப்படியோ தடுப்புச் சுவர்களைத் தாண்டி உள்ளே நுழைந்திருப்பதை கதிரியக்கத்தைக் கண்டுபிடிக்கும் கருவி கண்டுபிடித்திருப்பது விஞ்ஞானிகளுக்கு ஆச்சரியமளித்தது. இப்படி காவல்களைக் கடந்து வந்த கதிரியக்கம் என்னவாக இருக்க முடியும் என்பதுதான் கேள்வி!

விக்டர் பிரான்ஸ் ஹெஸ் (*Victor Franz Hess 1833-1964*) என்ற ஆஸ்திரிய - அமெரிக்க இயற்பியலாளர் அவ்வாறு தடுப்புச் சுவர்களுக்குள் நுழைந்த கதிரியக்கம் பூமியிலிருந்து வந்ததாகத்தான் இருக்க முடியும் என்று நம்பினார். இதைக் கண்டறிவதற்காக 1911 ஆம் ஆண்டு நன்றாக கதிரியக்கத்தைத் தடுக்கக்கூடிய உறைகளைக்

கொண்ட கருவிகளைப் பொருத்தி காற்று மண்டலத்தில் பலூன்கள் மூலம் பறக்கவிடத் திட்டமிடப்பட்டது. அதற்காக 10 பலூன்கள் தயாரிக்கப்பட்டன. அதில் இரவில் பலூன்கள் ஆறு மைல் உயரத்திற்குப் பறக்கவிடப்பட்டன. பலூன் உயரே செல்லச் செல்ல கதிரியக்கம் அதிகரிப்பதைக் கண்டு அவர் ஆச்சரியப்பட்டார். மிகவும் அதிக உயரத்தில் பூமியில் இருப்பதைவிட எட்டு மடங்கு கதிரியக்கம் அதிகமாக இருப்பதைக் கண்டுபிடித்தார். அதிலிருந்து கதிரியக்கம் பூமியில் இருந்து வந்ததல்ல, அவை விண்வெளியில் இருந்து வந்தவை என்ற முடிவுக்கு வந்தார். மற்ற விஞ்ஞானிகளும் இந்த ஆராய்ச்சியைத் தொடர்ந்து செய்தார்கள். அதற்குப் பிறகு 1925ஆம் ஆண்டு அமெரிக்க இயற்பியலாளர் ராபர்ட் ஆன்ட்ரூஸ் மிலிக்கன் (*Robert Andrews Millikan 1868-1953*) இந்தக் கதிர்களுக்கு 'காஸ்மிக் கதிர்கள்' என்று பெயர் வைத்தார். இந்தக் கதிர்கள் காஸ்மோஸ்' ஸிலிருந்து வருவதால் இவற்றுக்கு இந்தப் பெயர் வந்தது.

இவ்வாறு வரும் காஸ்மிக் கதிர்கள் ஒளியைப் போன்று அலைகளாக வந்தாலும் அவை ஒளியைவிட அதிக சக்தியுடன் வருவதாக நினைத்தார். ஆர்தர் ஹோலி காம்டன் (*Arthur Holly Compton 1892-1962*) அவை சக்திவாய்ந்த மின்னேற்றம் பெற்ற மின் துகள்களாக ஒளியின் வேகத்தில் பயணிக்கிறது என்று சொன்னால் அதை எப்படி நிரூபிப்பது என்ற கேள்வியை எழுப்பினார்.

காஸ்மிக் கதிர்கள் ஒளியைப் போன்றவை என்றால் அவை பூமியில் காந்தப் புலனால் பாதிக்கப்படாது. அவை மின்னேற்றம் பெற்ற துகள்களாக வருமானால் பூமியின் காந்தப் புலனால் வளைக்கப்பட்டு அதிகமான காஸ்மிக் கதிர்கள் பூமிக்கு வரும். 1930இல் காம்ப்டன் காஸ்மிக் கதிர்களின் தாக்கத்தை அளக்க உலகம்

முழுவதும் பயணம் செய்தார். அப்பொழுது அவர் பூமியின் காந்தத் துருவத்தை அடையும் போது அதிகமான தாக்கத்துடன் வருகிறது என்பதைக் கண்டறிந்தார். காஸ்மிக் கதிர்கள் மின்னேற்றம் பெற்றவைதாம் என்று சொன்னார்.

இதே போன்ற மின்னேற்றம் பெற்ற துகள்கள் சூரியனிடமிருந்து சூரியக் காற்றாக வெளிவருகின்றன. அவை நேர் மின்னேற்றம் பெற்ற அணுக்கருத் துகள்கள். அவை பெரும்பாலும் ஹைட்ரஜனின் அணுக்கரு துகள்கள். சூரியனிலிருந்து வெடித்துக் கிளம்பும் சுவாலையின் மீது அதிக மின்னேற்றம் பெற்று கிளம்பினாலும் அவை காஸ்மிக் கதிர்களைவிட பலம் குறைந்தவை என்றே சொல்ல வேண்டும். இதற்குக் காரணம் காஸ்மிக் கதிர்கள் விண்வெளியில் பல நிகழ்வுகளைச் சந்தித்து வருகின்றன. அதாவது சூப்பர் நோவாவிலிருந்து வெளிவரும் கதிர்கள் அதிக சக்தி வாய்ந்ததாக வரும். இரண்டாவதாக இந்த காஸ்மிக் கதிர்கள் பல நட்சத்திரங்களைக் கடந்து வருகின்றன. ஒவ்வொரு நட்சத்திரத்தைக் கடந்து வரும்போதும் அவை தொடர்ந்து நட்சத்திரங்களின் காந்தப் புலன்களால் வளைக்கப்பட்டு வருவதால் அவை அதிக சக்தியுடனும் அதிக முடுக்கத்துடனும் வருகின்றன.

காஸ்மிக் கதிர்கள் பல காரணங்களால் முக்கியமானவையாகக் கருதப்படுகின்றன. இந்தக் கதிர்கள் உயிர்த் தோற்றத்திற்கு உறுதுணையாக இருந்திருக்கின்றன. மேலும் இந்தக் காஸ்மிக் கதிர்கள் இந்த பிரபஞ்சத்தின் இரசாயனக் கலவையைப் பற்றித் தெரிந்துகொள்ளவும் இயற்பியலாளர்களுக்கு உதவி செய்கின்றன.

ஒரு முக்கியமான குறைபாடும் காஸ்மிக் கதிர்களுக்கு உண்டு. அவைகளால் பிரபஞ்சத்தில் நடந்த ஒவ்வொரு நிகழ்ச்சியைப் பற்றிய தகவல்களையும் தர முடியாது. காஸ்மிக் கதிர்கள் அவற்றினுடைய பயணத்தின் போது பல காந்தப் புலன்களைச் சந்தித்து வளைந்து வளைந்து வருவதால் அவை எந்தத் திசையில் இருந்து உண்மையாக வருகின்றன என்பதை அறிய முடியாமல் இருக்கிறது.

காஸ்மிக் கதிர்களைத் தவிர்த்து மின்னேற்றம் பெறாத அணுக்கரு துகள்களான எடையில்லாத நியூட்ரினோக்களும் பிரபஞ்ச வெளியில் ஒளியின் வேகத்தில் பயணித்து வருகின்றன. இந்த நியூட்ரினோக்களின் இருப்பை புல்ஃகேஸ் பாலி (1900-1958) என்ற ஆஸ்ட்ரிய இயற்பியலாளர் 1931ஆம் ஆண்டு கொள்கை ரீதியாக உறுதிப்படுத்தினார். இதற்கு என்ரிக்கோ ஃபெர்மி என்பவர் 1932ஆம் ஆண்டு நியூட்ரினோ என்ற பெயரைக் கொடுத்தார்.

நியூட்ரினோக்களுக்கு நிறையோ அல்லது மின்னேற்றமோ இல்லாத காரணத்தால் அவை எந்தப் பொருள்களோடும் வினைபுரிவதில்லை. சில நேரங்களில் மிகவும் சொற்பமாக வினைபுரிவதுண்டு. இவற்றைக் கண்டுபிடிப்பது மிகவும் சிரமம். நியூட்ரினோக்களின் இருப்பை இயற்பியலாளர்கள் ஒத்துக்கொண்டாலும் 1956ஆம் ஆண்டு இரண்டு அமெரிக்க இயற்பியலாளர்களான பிரடிரிக் ரீன்ஸ் *(Frederick Reines)*, கிளைட் லாரெய்ன் *(Clyde Lorrain)* ஆகிய இருவர் நியூட்ரினோவின் இருப்பை உண்மையில் கண்டறிந்த பிறகுதான் உலக இயற்பியலாளர்களின் கவனத்தை ஈர்த்தது.

10

செவ்வாயில் உயிரினம் இருக்கிறதா?

நிறைய பேர் செவ்வாயில் உயிரினம் இருக்கக்கூடும் என்று நம்பி வந்தனர். செவ்வாய்க் கிரகம் என்பது சூரியனிலிருந்து பூமி இருக்கும் தூரத்தைப் போல் 50 சதமான அதிக தூரத்தில் இருக்கிறது. ஆகையால் இங்கு பூமியைவிட அதிக குளிராக இருக்கும். அதேசமயம் அங்கு மிகைக் குளிர் இருக்கவும் வாய்ப்பில்லை என்று கருதினார்கள்.

செவ்வாயில் வெள்ளி கிரகத்தின் மேல் தெரியும் மேகங்கள் போல் அதிகம் இல்லை என்றாலும் பூமியின் வானத்தில் காணப்படும் மேகங்கள் போல் காணப்படுகின்றன. ஆகையால் செவ்வாயின் தரையை நம்மால் காணமுடியும். பூமியைப் போல் அல்லாமல் செவ்வாய் ஒரு சிறிய கோளாகவே இருக்கின்றது. இது தன்னைத்தானே 24.62 மணி நேரத்திற்கு ஒருமுறை சுற்றிக் கொள்கிறது. இது கிட்டத்தட்ட பூமி தன்னைத்தானே சுற்றிக் கொள்ளும் நேரத்திற்குச் சமம்.

1784ஆம் ஆண்டு ஹெர்ச்சல் என்பவர் பூமிக்கு உள்ளது போல் செவ்வாயின் அச்சு சூரியனை நோக்கியுள்ளது. செவ்வாயின் அச்சு பூமியின் அச்சு போலவே ஏறக்குறைய ஒரே அளவில் சாய்ந்திருக்கிறது. இதனால் பூமியில் உள்ளது போல் பருவகாலங்கள் செவ்வாயிலும் வரும். ஆனால், பூமியில் உள்ளது போல் இரண்டு மடங்கு குளிர் இருக்கும். செவ்வாய் சூரியனிலிருந்து அதிக தொலைவில் இருப்பதால் இங்கு குளிர் அதிகம் இருக்கிறது. செவ்வாய் சூரியனை சுற்றிவர 687 நாட்கள் எடுத்துக்கொள்கிறது. செவ்வாயின் துருவப் பகுதிகளில் பனியால் மூடப்பட்டிருக்கிறது என்பதையும் கண்டறிந்தார்.

செவ்வாயின் தரையை வரைபடம் வரைய முந்தைய வானவியலாளர்கள் முயற்சி செய்தார்கள். அது அவ்வளவு திருப்திகரமாக முடியவில்லை. எந்தவொருவரும் ஒரே மாதிரியான வரைபடத்தைக் கொடுக்க முடியவில்லை. இருந்தாலும் முயற்சிகள் தொடர்ந்தன. செவ்வாய்க் கோள் ஒவ்வொரு முப்பது வருடங்களுக்கு ஒருமுறை பூமிக்கு அருகில் (56 மில்லியன் கி.மீ.) வரும். அந்த சமயம் செவ்வாய்க் கோளை மிகத் தெளிவாக காணமுடியும். ஒவ்வொரு தடவை செவ்வாய்க் கோள் பூமிக்கு அருகே வரும் போதும் வானவியலாளர்களின் உபகிரணங்களும் வளர்ச்சியடைந்து வருவதால் செவ்வாயை நன்றாக ஆராய்ச்சி செய்ய சாத்தியக் கூறுகள் உருவாகின.

1877ஆம் ஆண்டு செவ்வாய்க் கோள் பூமிக்கு அருகே வந்தது. அப்பொழுது இத்தாலிய வானவியலாளரான ஜியோவன்னி விர்ஜினியோ சியாப்பரள்ளி (*Giovanni Virginio Schiaprelli 1835-1910*) என்பவர் செவ்வாய்க் கோளின் வரைபடத்தை வெளியிட்டார். இந்தப் படம் மற்ற வானவியலாளர்களாலும் ஏற்றுக் கொள்ளப்பட்டது. சியாப்பரள்ளி செவ்வாயில் நிறைய நீளமான கறுப்பான இடங்கள் இருப்பதாக குறிப்பிட்டிருந்தார். இந்தக் கருப்பு அடையாளங்கள் இவருக்கு முந்தைய வானவியலாளர் களாலும் குறிக்கப்பட்டிருக்கிறது. இவர் குறிப்பிட்ட கருப்பு அடையாளங்கள் தண்ணீர் பகுதியாக இருக்கும் என்று நம்பினார்.

செவ்வாய்க்கு ஈர்ப்பு விசை என்பது பூமியில் இருப்பதைப் போன்று ஐந்தில் இருமடங்கு தான் உள்ளது. இந்த ஈர்ப்பு விசையினால் செவ்வாய் தண்ணீர் திவலைகளை பிடித்து வைத்துக் கொள்ள முடியாது. ஆகையால் தண்ணீர் கொஞ்சம் கொஞ்சமாக ஆவியாகி வெளியில் சென்று செவ்வாய்க் கோளை பாலைவனமாக ஆக்கியிருக்கக்கூடும். இருந்தாலும் செவ்வாயின் மனிதர்கள் தங்களது விவசாயத்திற்காக துருவப் பகுதிகளில் உள்ள பனிமுகடுகளில் இருந்து கால்வாய்கள் மூலம் மத்தியில் உள்ள பகுதிகளுக்குத் தண்ணீர் கொண்டு வந்திருக்கிறார்கள் என்பதை அந்த வரைபடங்கள் விளக்குகின்றன என்று வாதிட்டவர்களும் உண்டு.

அமெரிக்க வானவியலாளர் பெர்சிவல் லோவல் (Percival Lowell 1855-1916) செவ்வாயில் உயிரினம் இருப்பதையும், கால்வாய்கள் இருப்பதையும் உறுதியாக நம்பியவர். இவர் ஒரு பெரிய பணக்காரர். இவர் அரிசோனாவில் உள்ள பாலைவனப் பகுதியில் ஒரு தொலைநோக்கிக் கூடத்தை நிறுவினார். இந்தப் பகுதி நகரத்தின் விளக்கொளி இல்லாத இடமாக இருந்தது. இந்தத் தொலை நோக்கிக் கூடத்தில் இருந்து ஆயிரக்கணக்கான படங்களை எடுத்துத் தள்ளினார். இந்தப் படங்களில் 500க்கும் மேற்பட்ட செவ்வாயின் கால்வாய்களை படமெடுத்திருந்தார். இவர் 1984ஆம் ஆண்டு 'செவ்வாய்' என்ற புத்தகத்தை வெளியிட்டார். இதற்குப் பிறகு செவ்வாயில் அறிவுள்ள உயிரினங்கள் இருக்கும் என்ற கருத்து வெகுவாக பரவியது.

ஹெர்பெர்ட் ஜியார்ஜ் வெல்ஸ் (Herbert George Wells 1866-1946) என்பவர் பிரித்தானிய எழுத்தாளர் ‘உலகங்களின் போர்’ (The War of the World) என்ற புதினத்தை எழுதினார். இது 1898ஆம் ஆண்டு வெளிவந்தது. இந்தப் புத்தகத்தில் செவ்வாயிலிருந்து பூமிக்கு செவ்வாய் கோள்வாசிகள் வந்தார்கள். அவர்கள் பூமியில் ஏராளமான தண்ணீர் இருக்கிறதென்பதை அறிந்து இருந்தார்கள். செவ்வாயில் தண்ணீர் கொஞ்சம் கொஞ்சமாக வறண்டு போய்க் கொண்டிருக்கும் நிலையில் பூமியைக் காலனியாக்க முற்பட்டார்கள். செவ்வாய்க் கோள்வாசிகள் மிகவும் முன்னேற்றமடைந்த தொழில்நுட்பக் கருவிகளை வைத்திருந்ததால் பூமியில் உள்ளவர்களால் அவர்களைச் சமாளிக்க முடியவில்லை. இருந்தாலும் செவ்வாய்க் கோள்வாசிகள் பூமியில் உள்ள பாக்டீரியாக்களின் நோய்த் தாக்குதலை அவர்கள் உடம்பு தாங்க முடியாமல் தோற்றுப் போனார்கள். இந்த நாவல்

எழுதப்பட்டதற்கு ஆதாரமாக இருந்தது லோவெல் புத்தகத்தினுடைய தாக்கம் என்று சொல்ல வேண்டும்.

செவ்வாயில் கால்வாய்கள் இருக்கின்றன என்பதை எல்லாராலும் ஏற்றுக்கொள்ள முடியவில்லை. எட்வர்டு எமர்சன் பார்னார்டு *(Edward Emarson Barnard 1857-1923)* என்ற அமெரிக்க வானவியலாளர், அவருடைய பார்வைக்கு எந்தவிதக் கால்வாய்களும் செவ்வாயில் தென்படவில்லை. அப்படித் தெரிவது கண்களுக்குத் தெரியும் மாயை என்று குறிப்பிட்டார்.

இம்மாதிரி பலரும் அவர்களுடைய அனுமானங்களையும், கருத்துகளையும் முன்வைத்துக் கொண்டிருந்தார்கள். இம்மாதிரி செவ்வாயைப் பற்றிய நாடகம் 50 வருடங்களுக்கு நடந்து கொண்டுதான் இருந்தது. கொஞ்சம் கொஞ்சமாக

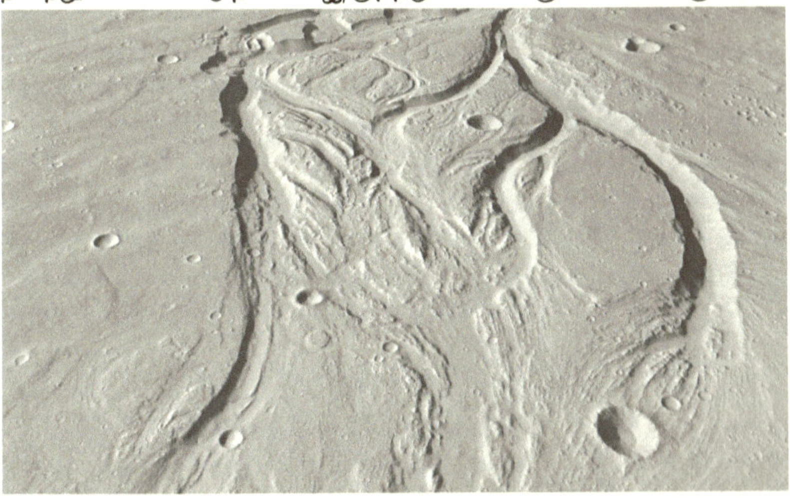

அறிவியல் முன்னேற்றம் தீவிரமடைந்த போது செவ்வாயில் உயிர் வாழ்க்கை இருக்கிறதென்பதற்கு எதிரான கருத்துகள் அதிகம் வர ஆரம்பித்தன. 1926ஆம் ஆண்டு வில்லியம் வெப்பர் காப்பினிட்ஸ் *(William Weber Cobbentz 1873-1962)* மற்றும் கார்ல் ஒட்டோ லேம்ப்லாண்டு *(Carl Otto Lampland)* என்ற இரு அமெரிக்க வானவியலாளர்கள் செவ்வாயில் வெளிவரும் மிகவும் குறைவான வெப்பத்தை அளந்தார்கள். இதிலிருந்து இவர்கள் செவ்வாயின் நிலநடுக்கோட்டுப் பகுதி சூரிய வெளிச்சத்தால் கொஞ்சம் வெப்பம் பெறுகிறது. ஆனால், செவ்வாயின் இரவு என்பது கடுங்குளிராக அதாவது அண்டார்டிக்காவில் உள்ளது போல் இருக்கும் என்று விவரித்தார்கள். இருபத்தினான்கு மணி நேர இடைவெளியில்

இப்படியொரு குளிர் ஏற்படுகிறதென்றால் செவ்வாயில் மிகவும் மெல்லிதான வாயு மண்டலம் தான் இருக்கிறது என்று கூறினார்கள்.

1947ஆம் ஆண்டு ஜெரால்டு பீட்டர் குய்ப்பர் (Gerald Peter Kuiper 1905-1973) என்ற டச்சு - அமெரிக்க வானவியலாளர் செவ்வாயின் வாயு மண்டலத்தில் கார்பன்-டை-ஆக்ஸைடு இருக்கிறது என்றும் ஆக்ஸிஜனோ அல்லது நைட்ரஜனோ இல்லை என்பதைக் குறிப்பிட்டார். செவ்வாயின் வாயு மண்டலம் மிகவும் லேசானது. ஆகையால் அதை சுவாசிக்க முடியாது. அந்த வாயு மண்டலம் ஒருவேளை அடர்வாக இருந்தாலும் அதனுடைய கலவையினால் சுவாசிக்க இயலாததாக இருக்கும்.

பிறகு ஏவுகணைகள் காலம் வந்த பிறகு விவரங்களை நமக்கு எளிதாக்கியது. 1965ஆம் ஆண்டு மெரைய்னர் - 4 விண்கலம் செவ்வாய் கிரகத்திற்கு அருகே சுமார் 10,000 கிலோமீட்டர் அருகில் சென்று 20 புகைப்படங்களை எடுத்து பூமிக்கு அனுப்பியது. இந்தப் படங்களில் கால்வாய்கள் எதுவும் தெரியவில்லை. நிலவில் உள்ள குழிகள் போன்ற குழிகள் மட்டும் தெரிந்தன. மேலும் மெரைய்னர் - 4 விண்கலம் ரேடியோ அலைகளை செவ்வாயின் வாயு மண்டலத்தில் செலுத்தி ஆராய்ச்சிகளை மேற்கொண்டதில் பூமியில் உள்ளது போல் இருநூற்றில் ஒரு மடங்குதான் வாயு மண்டலம் இருக்கிறது. அதிலும் கார்பன்-டை-ஆக்ஸைடு அதிகமாக உள்ளது என்று தெரிவித்தது. இந்த விண்கலங்களின் ஆய்விலிருந்து செவ்வாய்க் கோளில் உயிர் வாழ்க்கை வளர்ந்திருக்கிறது என்பதற்கு சொற்பமான தடயங்களே உள்ளன என்பது தெளிவாகியது.

1971ஆம் ஆண்டு மெரைய்னர்-9 என்ற விண்கலம் செவ்வாயின் சுற்றுப் பாதையில் நிறுத்தப்பட்டது. அது செவ்வாயின் முழுத் தரைப் பரப்பையும் படம் எடுத்தது. இந்தப் படங்கள் செவ்வாயில் நிறைய எரிந்து முடிந்து போன எரிமலைகளும், பெரிய பள்ளத்தாக்குகளும், ஒரு காலத்தில் தண்ணீர் ஓடி காய்ந்து போன ஆறுகள் போலவும், உறைந்து போன கார்பன் மற்றும் தண்ணீராலான பனிப்படலங்களும் இருப்பதைத் தெளிவுபடுத்தின. எல்லா இடங்களிலும் வெப்பம் உறைநிலைக்குக் கீழே இருக்கிறது என்பதையும் அது வெளிப்படுத்தியது. ஆகையால் மற்ற வானவியலாளர்கள் சொன்னது ஒரு ஆடி மாயை (Optical Illusion). அதாவது தொலைநோக்கியில் பார்க்கப்படும் போது ஏற்படும் மாயை என்பது தெளிவாகியது. இதிலிருந்து லோவெல் சொல்லியது முழுமையான தவறு என்று தெளிவாகியது.

1976ஆம் ஆண்டு வைக்கிங் - 1, வைக்கிங் - 2 என்ற விண்கலங்கள் செவ்வாயில் தரையிறங்கி படமெடுத்தன. அப்பொழுதுதான் செவ்வாயின் தரைப் பரப்பில் ஒன்றுமில்லை. அது ஓர் உயிரில்லாத தரை என்று புரிய வந்தது. மேலும் இந்த விண்கலம் செவ்வாயின் நிலப்பரப்பில் மண்ணை எடுத்து ஏதாவது நுண்ணுயிர் இருக்குமா என்று ஆராய்ச்சி செய்தபோது எந்த நுண்ணுயிர்க் கிருமியும் இல்லை என்ற விடைதான் வந்தது. ஆனால், இன்றும் உயிரினங்கள் இருக்கின்றனவா அல்லது இருந்ததற்கான சாத்தியக் கூறுகள் இருக்கின்றனவா என்ற ஆராய்ச்சிகளும் தொடர்ந்து கொண்டுதான் இருக்கின்றன.

இப்பொழுது செவ்வாயில் உயிர் வாழ்க்கை எதுவும் இல்லை என்று சமீபத்திய ஆய்வுகள் மூலம் தெரிய வந்திருக்கிறது. சில விஞ்ஞானிகள் செவ்வாயில் ஒரு காலத்தில் உயிர் வாழ்க்கை இருந்திருக்கலாம் என்று கருதுகிறார்கள். அதற்குக் காரணம் அண்டார்டிக்காவில் ஓர் எரிகல் கண்டெடுக்கப்பட்டது. அந்தக் கல்லில் நுண்ணுயிரிகள் (Bacteria) இருந்ததற்கான படிமம் இருக்கிறது என்று கண்டுபிடிக்கப்பட்டிருக்கிறது. அந்தக்கல்லை ஆராய்ச்சி செய்ததில் அதிலிருக்கும் வாயுக்கள் செவ்வாய் கிரகத்தில் உள்ளது போன்று இருக்கின்றன. ஆகையால் இது செவ்வாயில் இருந்து 13,000 வருடத்திற்கு முன் அண்டார்டிக்காவில் வந்து விழுந்திருக்கலாம் என்று கணக்கிட்டிருக்கிறார்கள். இந்தக் கல்லில் உள்ள பாக்டீரியாக்கள் 3.6 பில்லியன் வருடங்களுக்கு முற்பட்டவை என்றும் கருதுகிறார்கள்.

பூமியில் பாக்டீரியாக்கள் இருந்ததற்கான ஆதாரத்தை இம்மாதிரி படிமங்களில் இருந்துதான் நாம் தெரிந்து கொண்டிருக்கிறோம். இதே மாதிரிதான் அங்கக மூலக்கூறுகள் மற்றும் தாதுப்பொருட்களையும் அந்தக் கல்லிலும் பாக்டீரியாக்கள் உருவாக்கியிருக்கலாம் என்று நம்புகிறார்கள்.

மேலும் செவ்வாயின் தரையில் ஒரு காலத்தில் தண்ணீர் ஓடி காய்ந்து போனதற்கு ஆதாரம் இருக்கிறது. அதாவது தண்ணீர் ஓடிய ஆறுகள் போலவும், தண்ணீர் இருந்து வற்றிப்போன ஏரிகள் போலவும் அங்கு காணப்படுகிறது. விஞ்ஞானிகள் இந்த ஆதாரங்களை வைத்து தண்ணீர் இருக்கிறது என்று உறுதியாக சொல்ல முடியாது என்றும் நினைக்கிறார்கள். ஆனால், தற்பொழுது தண்ணீர் இல்லை என்று கண்டறியப்பட்டிருக்கிறது. உயிர் வாழ்க்கைக்குத் தண்ணீர் அவசியம். ஆனால், அங்கு உயிர் வாழ்க்கையும் இல்லை

செவ்வாய் பற்றிய செய்திகள்

- செவ்வாய் கிரகத்தில் உள்ள ஒலிம்பஸ் மான் என்ற ஓர் எரிமலை சூரியக் குடும்பத்திலுள்ள கோள்களில் உள்ள மலைகளில் மிகவும் பெரியது. இதனுடைய உயரம் 22 கி.மீ. அதாவது எவரெஸ்ட் சிகரத்தைப் போல் மூன்று மடங்கு உயரம் கொண்டது.
- இதுவரைக்கும் செவ்வாய்க்கு அனுப்பப்பட்ட 40 விண்கலங்களில் 18 விண்கலங்களின் பயணங்கள் தான் வெற்றிகரமாக முடிந்திருக்கின்றன.
- செவ்வாய் சிவப்பு நிறத்தில் காணப்படுவதற்குக் காரணம் அதில் நிறைய இரும்பு ஆக்சைடு கலந்திருப்பதுதான்.
- ஒருவர் காரில் மணிக்கு 60 மைல் வேகத்தில் சென்றால் செவ்வாய்க்கு செல்ல 271 வருடங்களும் 221 நாட்களும் ஆகுமாம்.
- செவ்வாயில் ஒரு நாள் என்பது 24 மணி 37 நிமிடங்கள். இது கிட்டத்தட்ட பூமியைப் போன்றே அமைந்தது அதிசயம்தான்.
- செவ்வாய்க்குக் காந்தப் புலன் கிடையாது. காரணம் அதன் மையத்தில் இரும்புக் குழம்பு இல்லை.
- கலிலியோ கலிலி செவ்வாய்க் கோளை முதன் முதலாக தொலை நோக்கியில் 1609இல் பார்த்தார்.
- 60,000 வருடங்களுக்குப் பிறகு 2003ஆம் ஆண்டு ஆகஸ்ட்டு மாதம் 27ஆம் நாள் பூமிக்கு மிக அருகில் வந்தது. இதே மாதிரி மிகவும் நெருக்கமாக 2,287ஆம் வருடம் திரும்ப வரும்.
- செவ்வாயின் தென் துருவ கார்பன் பனி உருகினால் செவ்வாய் கிரகத்தைச் சுற்றி 30 அடி தண்ணீர் இருக்கும் என்று கூறப்படுகிறது.
- செவ்வாயின் குறுக்காக 4,000 கி.மீ. நீளத்திற்கு ஒரு பள்ளத்தாக்கு இருக்கிறது. இது சூரியக் குடும்பத்திலேயே அமைந்திருக்கும் பெரிய பள்ளத்தாக்கு.

11

கோள்கள் எதனால் ஆனவை?

சூரியனில் எந்த வகையான இரசாயனங்கள் இருக்கின்றன என்பதை நாம் பார்த்தோம். அதே மாதிரியான இரசாயனக் கலவைதான் மற்ற எல்லா நட்சத்திரங்களிலும் இருக்கும். இன்னும் சொல்லப் போனால் இந்த பிரபஞ்சம் முழுவதும் ஒரே மாதிரியான இரசாயனக் கலவைதான் இருக்கும் என்றும் நம்பலாம். காரணம் இந்த பேரண்டம் முழுவதும் நட்சத்திரங்களும், வாயு மேகங்களும் தான் இருக்கின்றன. ஒருவேளை இப்படிச் சொல்வது துல்லியமாக இல்லாமலும் இருக்கலாம். எப்படியிருந்தாலும் நாம் இந்த பிரபஞ்சம் முழுவதும் இருக்கும் பொருட்களை நான்கு வகையாகப் பிரித்துப் பார்க்கலாம்.

வாயுக்கள்

சாதாரணமாக பிரபஞ்சத்தில் 98 சதவீதமான இடம் ஹைட்ரஜன் மற்றும் ஹீலியம் வாயுக்களால் நிரப்பப் பட்டிருக்கிறது. இவை மிகவும் லேசான வெகுவிரைவில் நகரக்கூடிய அணுக்களால் ஆனவை. அளவில் மிகச்

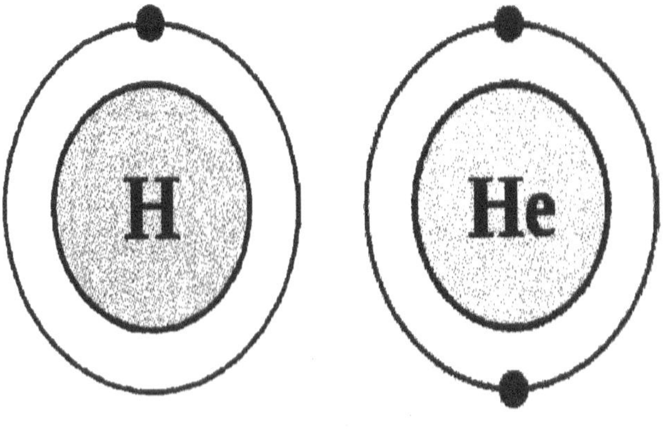

சிறியவையான இந்த அணுக்கள் வெப்பம் அதிகமாக இருக்கும் போது அதிக வேகமாகவும் நகரும். அணுக்கள் மிகவும் அதிவேகத்தில் நகரும் போது அவற்றை எந்த புவிஈர்ப்பு சக்தியும் பிடித்து வைத்துக் கொள்வது சிரமம்.

அதிக வெப்பமுள்ளதாயும், அதே சமயத்தில் பிரமாண்ட அளவில் பெரியதாயிருக்கும் சூரியன் மற்றும் நட்சத்திரங்கள் போன்றவற்றால் மட்டுமே ஹைட்ரஜன், ஹீலியம் வாயுக்களைப் பிடித்து வைத்துக் கொள்ள முடியும். ஒரு பொருள் வெப்பமாக இல்லாவிட்டாலும் அதனுடைய மேற்பரப்பு அதிக குளிர்ச்சியாக இருக்குமானால் அது அதிக புவிஈர்ப்பு இல்லாமல் இருந்தாலும் கூட அவைகளால் எளிதாக ஹைட்ரஜனையும், ஹீலியத்தையும் தக்கவைத்துக் கொள்ள முடியும். மிகவும் பிரமாண்டமான வாயுக் கோளங்கள் வியாழன், சனி, யுரேனஸ், நெப்டியூன் போன்ற கோள்களில் ஹைட்ரஜனும், ஹீலியமும் அதிகமாகக் காணப்படுகின்றன.

பனிப்பொருட்கள்

ஹைட்ரஜன், ஹீலியத்திற்கு அடுத்தபடியாக பிரபஞ்சத்தில் இரண்டாவதாகப் பரவியிருப்பது பனி. இந்தப் பனியானது ஆக்ஸிஜன், நைட்ரஜன் மற்றும் கார்பன் மூலக்கூறுகளால் ஆனதாக காணப்படுகிறது. இவைகள் பெரும்பாலும் ஹைட்ரஜனோடு சேர்ந்தவைகளாக இருக்கின்றன. அதாவது ஹைட்ரஜன் ஆக்ஸிஜனோடு சேர்ந்து உருவாகக்கூடிய தண்ணீர் மூலக்கூறுகளாகவும், நைட்ரஜனும் ஹைட்ரஜனும் சேர்ந்த அமோனியாவாகவும், கார்பனும் ஹைட்ரஜனும் சேர்ந்த மீத்தேனாகவும் காணப்படுகின்றன. தண்ணீர் 0 டிகிரியில் உறையக்கூடியதாகவும், அமோனியா தண்ணீரைவிட இன்னும் குறைவான உறைநிலையிலும், மீத்தேன் அதைவிட குறைவான உறைநிலையிலும் இருப்பவைகளாக இருக்கின்றன.

இவைகளுக்கு அடுத்தபடியாக கார்பனும், ஆக்ஸிஜனும் கலந்து கார்பன்-டை-ஆக்ஸைடும், கார்பன் மோனாக்ஸைடும், கார்பனும் நைட்ரஜனும் சேர்ந்து சயனோஜென், சல்பர் ஹைட்ரஜனோடு சேர்ந்து ஹைட்ரஜன் சல்ஃபைடாகவும் அல்லது சல்பர் ஆக்ஸிஜனோடு சேர்ந்து சல்பர்-டை ஆக்ஸைடும் பனியில் காணக்கூடிய முக்கியப் பொருட்களாக இருக்கின்றன.

பனி மூலக் கூறுகள் வாயுக்களைவிட ஒன்றோடொன்று கெட்டியாக ஒட்டிக்கொள்ளக்கூடியவைகள். அதிகம் புவிஈர்ப்பு இல்லாத கோள்கள் ஹைட்ரஜனையும், ஹீலியத்தையும் வைத்துக்கொள்ள முடியாவிட்டாலும், பனிப்பொருட்களைத் தம்முடன் வைத்துக்கொள்ள முடியும். ஹீலியம் வேறு எதனுடனும் சேராத காரணத்தால் அது பெரும்பாலும் கோள்களில் காணப்படுவது இல்லை. ஆனால், ஹைட்ரஜன் மற்ற சிலவற்றோடு சேர்ந்து பனியாக மாறியிருப்பதால் அது கோள்களில் காணப்படுகிறது.

வாயுக் கோள்களில் உள்ள பனிப்பொருள் ஒரு நல்ல கலவையாக இருக்கிறது. இந்தக் கலவையானது ஹீலியம் மற்றும் ஹைட்ரஜனைவிட நன்றாகவே இருக்கிறது எனலாம். இதே மாதிரி பனிதான் வால் நட்சத்திரங்களிலும் காணப்படுகிறது. சூரிய குடும்பத்திலுள்ள கோள்களின் மிகப்பெரிய துணைக்கோள்களான கனிமீட், கலிஸ்ட்ரோ, டைட்டன், டிரிட்டன் ஆகிய நான்கிலும் அதிகமாக பனிப்பொருட்கள் காணப்படுகின்றன.

பாறைகள்

பாறைப் பொருட்கள் கோள்களில் காணப்படும் மூன்றாவது பொருள். இந்தப் பாறைகள் சிலிக்கானும் ஆக்ஸிஜனும் சேர்ந்த கலவையாகவும், மாங்கனீசு மற்றும் பல மூலங்களாலானதாகவும் காணப்படுகின்றன. இவைகள் பனியைப் போன்று புவிஈர்ப்பை நம்பியில்லாமல் ஒன்றோடொன்று நன்றாகப் பிணைப்பை

ஏற்படுத்திக் கொண்டு திடமாக இருக்கின்றன. ஒரு சிறிய பாறைத் துண்டும் அதிக புவி ஈர்ப்பு இல்லாத சூழலில் கூட ஒரு பிணைப்போடு இருக்கக்கூடியது. இந்த பாறைகள் அதிகமான வெப்ப நிலையில் தான் உருகும் என்பதால் அவை சூரியனுக்கு அருகில் இருந்தாலும் தாக்குப்பிடித்து இருக்கக் கூடியவைகளாக இருக்கின்றன.

சில பனியாலான கோள்களும் சிறிதளவு பாறைப் பொருட்களைக் கொண்டு உருவாகியிருக்கின்றன. இவை மிகப் பெரிய கோள்களில் காணப்படுகின்றன. வால் நட்சத்திரங்களிலும் இம்மாதிரி பாறை காணப்படுகிறது. சில வெப்பமான கோள்களிலும் உதாரணமாக புதன் கோளிலும், நம்முடைய நிலவிலும் வாயுக்களோ, பனியோ கிடையாது. அவைகளின் மேற்பரப்புகள் பாறைகளாலானதாக இருக்கின்றன. செவ்வாய் மற்றும் வியாழன் துணைக் கோள்களான

ஐயோவிலும் கடுங்குளிர் நிலவுகிறது. செவ்வாயில் கார்பன்-டை-ஆக்ஸைடும், ஐயோவில் சல்பரலான பனி நிலவிய போதிலும் அங்கே பாறைகள் முழுமையாகக் காணப்படுகின்றன. அதேபோல் வியாழன் துணைக் கோளான யுரோப்பாவிலும் பெருமளவிற்குப் பனி காணப்பட்டாலும் அதற்கு பாறையிலான மையப் பகுதி இருக்கின்றது.

உலோகம்

நாம் மேலே குறிப்பிட்ட நான்கு பொருட்களில் இரும்பு கலந்த உலோகம் சிறிதளவில் காணப்படுகிறது. இந்த இரும்பு கலந்த உலோகம் மற்ற மூன்று பொருட்களையும் விட அதிக அடர்த்தியாக உள்ளதால் கோள்களின் நடுவில் மூழ்கிப் போய் இருக்கின்றன.

நமது சூரியக் குடும்பத்தில் இரும்பு மையத்தை உடைய பாறைக் கோள்கள் குறைவாக இருக்கின்றன. இவைகள் பூமியும், புதனும் மற்றும் வெள்ளியும்தான்.

நமது சூரியக் குடும்பத்திலுள்ள கோள்களின் இரசாயனம் ஒவ்வொன்றுக்கும் மாறுபட்டாலும் அவை அனைத்தும் சூரியன் உருவான அதே தூசி மற்றும் வாயு மேகங்களில் இருந்து உருவானவைகள்தாம். நாம் காணும் இந்த மாற்றங்களுக்குக் காரணம் அவற்றின் நிறையும், வெப்ப நிலையும்தான் என்று கூறப்படுகிறது.

12

பூமியின் வயது என்ன?

பூமிக்கு எவ்வளவு வயதிருக்கும் என்ற கேள்வியை சாதாரண மக்களிடம் கேட்டால் சாதாரணமாக வரும் பதில் தெரியாது என்றே சொல்வார்கள். சில பேர் சொல்கின்ற பதில் அறிவியல் பூர்வமாக சரியாக இருக்காது. பெரும்பாலும் கடவுள் படைத்த இந்த பூமியின் வயதை கடவுள்தான் அறிவார் என்றும் சொல்வார்கள். பூமி தோன்றி நிச்சயம் 5,000 வருடங்கள் இருக்கும் என்று சொல்வதற்கு நம்மிடம் போதுமான ஆதாரங்கள் இருக்கின்றன. கி.மு. 3000இல் வாழ்ந்த சுமேரிய நாகரிகத்தில் எழுதப்பட்ட ஆவணங்கள் இருக்கின்றன. மேலும், நம்மிடம் அப்பொழுது உருவாக்கப்பட்ட மட்பாண்டங்கள் மற்றும் கலைப்பொருட்கள் இருக்கின்றன. அவற்றின் மூலம் தெரிந்து கொள்ள முடியும். அதற்குமேல் தெரிந்து கொள்வதற்கு நம்மிடம் தொல்பொருள் சான்றுகள் இல்லை. கி.பி. 1800ஆம் வருடம் வரை மேற்கத்திய நாடுகள் பூமி 6,000 வருடங்கள் பழமையுடையது என்றுதான் நம்பி வந்தார்கள். இவர்கள் இவ்வாறு நம்புவதற்குக் காரணமாக இருந்தது பைபிளில் சொல்லப்பட்ட விவரங்களில் இருந்து பெறப் பட்டதாகையால் இதை அவர்கள் புனிதமான உண்மை என்று நம்பினார்கள். இது இவர்களின் நம்பிக்கையாக இருந்ததேயொழிய அது அறிவியல் உண்மையாக இருக்கவில்லை .

பைபிளில் சொல்லப்பட்ட இந்தக் கருத்துக்கு மாறாக சில பேர் சிந்தித்தார்கள். அதில் சில பேர் பைபிளின் கருத்துக்கு மாறாக சில ஆதாரங்களைத் திரட்டவும் செய்தார்கள். இந்த சிந்தனையாளர்கள் பூமியின் முகத்தை மழை, காற்று, அலைகள் போன்றவைகள் சிறிது சிறிதாக மாற்றிக்

கொண்டிருக்கின்றன என்று நம்பினார்கள். இன்றைக்கு நாம் பார்த்துக் கொண்டிருக்கிற பூமியின் தோற்றம் நிச்சயம் 6,000 வருடங்களுக்கு முன்னால் இப்பொழுது காணும் பூமி போல் இருந்திருக்காது என்று நினைத்தார்கள். பெர்னார்ட் பலிஸ்ஸி (Bernard Palissy 1510-1589) என்ற ஒரு பிரான்சு நாட்டு அறிஞர் இதைப் பற்றி சிந்தித்தார்.

பூமி தோன்றியது 6,000 வருடங்களுக்கு முன்பு என்று யாரெல்லாம் ஏற்றுக்கொண்டார்களோ அவர்கள் எல்லாம் பூமியின் தோற்றம் மாற்றமடைந்திருக்கிறது என்பதை மறுக்கவில்லை. ஆனால், அந்த மாற்றம் பைபிளில் சொல்லப்பட்டிருக்கிற நோவா வெள்ளத்தினால் தான் என்று நம்பினார்கள். பலிஸ்ஸி மட்டும் உலகம் தழுவிய அப்படியொரு வெள்ளம் எப்பொழுதும் வந்திருக்க வாய்ப்பில்லை என்று அந்தக் கருத்தை மறுத்தார். மேலும், பூமியின் தோற்றத்தில் இன்று அடைந்திருக்கும் மாற்றம் ஒரு நாளில் நடந்ததல்ல. அது நீண்ட காலமாக தொடர்ந்து அடைந்து வந்திருக்கும் மாற்றம் என்று சொன்னார். அவர் 1589இல் எரிக்கப்பட்டார். மக்கள் தங்களுக்குள்ளே சிந்திப்பதற்குக்கூட முடியாத ஒரு மோசமான காலகட்டம் அது.

தாமஸ் பர்னெட் (Thomas Burnet 1635-1715) என்ற ஆங்கிலேய மதகுருமார் 1681 ஆம் ஆண்டு கடைசியில் பைபிளில் குறிப்பிட்ட

நோவா வெள்ளத்தை ஆதரித்து ஒரு புத்தகத்தை எழுதினார். ஆனால், அவர் 1629ஆம் ஆண்டு மற்றொரு புத்தகத்தை எழுதினார். இந்தப் புத்தகத்தில் அவர் ஆதாம் ஏவாள் கதையைப் பற்றி விமர்சித்திருந்தார். இந்தப் புத்தகம் அவருடைய வாழ்க்கையை மோசமாக்கிவிட்டது.

1749ஆம் ஆண்டு ஜியார்ஜஸ் லூயிஸ் டி பஃபோன் (Georges Louis de Buffon 1707-1788) என்ற ஓர் இயற்கைவாதி ஒரு நீண்ட கலைக்களஞ்சியத்தை எழுத ஆரம்பித்தார். இந்த நூலில் அவர் இந்த உலகத்தை இயற்கை முறையிலேயே விளக்க முயன்றார். இந்த பூமியானது இன்றைய நிலைக்கு வருவதற்கு 75,000 வருடங்களாவது ஆகியிருக்கும் என்று நம்பினார். இந்தச் சிந்தனை அவரைத் தொந்தரவுகளுக்கு ஆளாக்கியது. அவர் கலீலியோவைப் போன்று வலுக்கட்டாயமாக அவருடைய கொள்கைகளைத் திரும்பப் பெற வேண்டியிருந்தது.

எது எப்படியிருந்தாலும் மக்கள் சிந்தனை செய்வது என்பது தொடர்ந்து கொண்டுதான் இருந்தது. முக்கிய திருப்புமுனையாக ஜேம்ஸ் ஹூட்ட ன் (James Hutton 1726-1797) என்ற ஸ்காட்லாந்தைச் சேர்ந்த புவியியலாளர் ‘பூமியின் கோட்பாடு’ என்ற நூலை எழுதினார். அதில் மிகவும் நீண்ட நாட்களாக சொல்லப்பட்டு வந்த அனைத்துக் கோட்பாடுகளைப் பற்றியும் தொகுத்திருந்தார்.

இதில் அவர் பூமியின் தோற்றம் எவ்வாறு சீராக மாற்றமடைந்து வந்திருக்கிறது என்பதைக் குறிப்பிட்டிருந்தார். இவருடைய கோட்பாட்டில் அவ்வப்போது நடக்கும் எரிமலை வெடிப்பும், அதில் பிரமாண்டமாக ஓடிவரும் நெருப்பு வெள்ளம் போன்றவைகளும் பூமியின் முகமாற்றத்திற்குக் காரணமாக இருந்திருக்கின்றன என்பதும் ஏற்றுக்கொள்ளப்பட்டிருக்கிறது.

விஞ்ஞானிகள் கடந்த காலத்திலிருந்து இன்று வரை பூமியில் நடந்திருக்கிற மாற்றத்தையும், அது எவ்வளவு வேகமாக நடந்திருக்கின்றது என்பதையும் ஆராய முற்பட்டார்கள். இவர்களில் எட்மண்ட் ஹாலி என்பவர், காற்று எப்படி வீசுகிறது என்பதை விளக்க முற்பட்டார். இவர் 1715ஆம் ஆண்டு கடல் உப்பாக இருப்பதற்குக் காரணம் பூமியிலுள்ள ஆறுகள் உப்பைக் கொண்டு வந்து கடலில் சேர்க்கின்றன. அது கரைந்து கடல் நீர் உப்பாக இருக்கிறது என்ற கருத்தை முன்வைத்தார். வெயில் அடிக்கும் போது கடல் நீர் மட்டம் ஆவியாகிறது. ஆனால், கடலில் உள்ள உப்பு ஆவியாவது கிடையாது. கடல் நீர் ஆவியாகி மீண்டும் மழையாக

பொழியும் போது சுத்த நீராக நிலத்தில் விழுந்து மேலும் பூமியில் உள்ள உப்புக்களை ஆறுகளின் மூலம் கடலில் வந்து சேர்த்து மேலும் கடல் நீரை உப்பாக்குகிறது. இந்தக் கருத்து மிகவும் பலமானதாக இருந்தாலும் இதிலும் சில குறைபாடுகள் இருந்தன.

கடல் நீர் உருவாகும் போது இருந்த தண்ணீர் சுத்தத் தண்ணீராக இருந்திருக்கவில்லை. ஆரம்ப காலத்தில் கடல் நீரில் கொஞ்சம் உப்பும் இருந்திருக்கும். அதோடு ஒவ்வொரு வருடமும் ஆறுகள் உப்பைக் கடலுக்குள் சேர்த்தன. ஆனால், ஒவ்வொரு வருடமும்

எவ்வளவு உப்பைக் கடலில் சேர்க்கிறது என்பதற்குக் கணக்கேதும் இல்லை. ஹாலியின் நாட்களில் ஐரோப்பாவை விட்டு மற்ற நதிகளைப் பற்றி அதிகம் தெரியாது. ஒவ்வொரு வருடமும் ஆறுகள் மூலம் எவ்வளவு உப்பு கடலுக்குள் வந்து சேருகிறது என்பதற்குச் சரியான கணக்கு இல்லாவிட்டாலும் முந்தைய காலத்தில் ஆறுகள் கொண்டு வந்த சேர்த்த உப்பின் அளவைவிட தற்பொழுது ஆறுகள் உப்பைக் குறைவாகவே கடலுக்குள் கொண்டு வருகின்றன என்று கருதப்படுகிறது. கடல் நீரில் உள்ள உப்பைப் பிரித்தெடுக்க சில முறைகள் இருந்தாலும் சாதாரணமாக கடல் நீர் ஆவியாதலின் மூலம் உப்பைப் பிரித்தெடுக்க முடியாது. ஆனால், கடல் நீரை சாதாரண நிலங்களில் பாய்ச்சி ஆவியாகச் செய்வதன் மூலம் உப்பளங்கள் உருவாகின்றன.

ஹாலி கடலுக்குள் உப்பு சேர்ந்த அளவை வைத்து பூமியின் வயதைக் கணக்கிட முடியும் என்று நினைத்திருக்கக் கூடும். எப்படியோ அவர் பல வழிமுறைகளைக் கடைப்பிடித்து பூமிக்கு வயது ஒரு பில்லியன் வருடங்கள் இருக்கும் என்று கணக்கிட்டார். இந்தக் கணக்கீடு மிகவும் அதிகம் என்று நினைத்ததால் யாரும்

இதைப் பற்றி ஒரு முக்கியமாக கருதவில்லை. இவர் கணக்கு பஂஃபன் கூறிய கணக்கிற்கு 13,000 மடங்கு கூடுதலாக இருந்தது. ஹாலி பூமியின் வயதைக் கணக்கிட்டு சொல்லும் போது பிரிட்டனில் நிலைமைகள் சற்று சாதாரணமாக இருந்ததால் ஹாலிக்கு பெரிதாக தொந்தரவுகள் இல்லாமல் போனது.

பூமியின் வயதைப் படிமங்கள் மூலம் கண்டறியலாம் என்ற மற்றொரு முறையும் இருந்தது. அதாவது ஒவ்வொரு காலகட்டத்தில் பூமியில் ஆறுகள், ஏரிகள், கடல்கள் மூலம் சேர்த்த படிமங்களை ஆராய்வதின் மூலம் தெரிந்துகொள்ளலாம் என்பதே அந்த முறை. ஆனால், இந்த முறைகளில் அவர்கள் கணக்கிட்டது பூமி தோன்றி அரை பில்லியன் வருடங்கள் என்பதே. இவை எல்லாம் ஒரு தோராயக் கணக்காகவே இருந்தன. பூமியின் வயதைச் சரியாகக் கணக்கிட பூமியில் ஆரம்ப காலத்திலிருந்து தொடர்ந்து நடந்த மாற்றங்களைக் கணக்கிடுவதன் மூலமே தெரிந்துகொள்ள முடியும் என்று நம்பினர். ஹாலி மற்றும் ஹூட்டன் காலத்தில் அந்த முறைகளைப் பற்றி தெரிந்திருக்கவில்லை. ஆனால், ஹூட்டன் காலத்திற்கு பிறகு அரை நூற்றாண்டு கழித்து தற்செயலாக இதற்கான விடை கண்டுபிடிக்கப்பட்டது.

1896ஆம் ஆண்டு பிரான்சு நாட்டைச் சார்ந்த இயற்பியலாளர் ஆன்டொய்னி ஹென்றி பெக்குயரல் (Antoine Hentri Beoquerel 1852-1908) என்பவர் யுரேனியம் தகட்டில் உள்ள அணுக்களில் உள்ள ஏதோ ஒரு பொருள் கதிர்வீச்சை உண்ணுபண்ணுகிறது. அது எந்த பொருள் என்று தெரியவில்லை என்று கண்டுபிடித்தார். பின்னர் போலந்து - பிரான்சு வேதியல்வாதி மேரிஸ்கோல்டோவாஸ்கா கியூரி (Marie Sklodowaska Curie 1867-1934) மேலும் இது பற்றி ஆராய்ந்தார். 1898ஆம் ஆண்டு இவர் இந்தக் கதிர்வீச்சு, கதிர்வீச்சு இயக்கத்தால்தான் என்ற முடிவுக்கு வந்தார்.

யுரேனியம் மற்றும் தோரியம் ஆகிய இரு மூலகங்களும் கதிர்வீச்சுத் தன்மை கொண்டவைகள். அவைகள் கதிர் வீசுவதன் தன்மை காரணமாக சாதாரண அணுக்களாக மாறுகின்றன என்றும் இறுதியில் முழுமையாக கதிர்வீச்சு முற்றுப் பெற்றவுடன் ஈயமாக மாறிவிடுகின்றன என்றும் பிரித்தானிய வேதியியலாளர் பிரடிரிக் சோடி (Frederick Soddy 1877-1956) கண்டுபிடித்தார். இம்மாதிரி கதிர்வீசும் மூலகங்கள் தங்களுடைய பாதி அணுக்களை ஒரு குறிப்பிட்ட காலகட்டத்தில் இழந்து விடுகின்றன. இது அரை வாழ்நாள் (Half Life) என்றழைக்கப்படுகிறது. மீதமுள்ள பாதி

அணுக்கள் இதே மாதிரி சிதைவுற்று பாதியாக குறைய முதலில் எடுத்துக் கொண்டது போல் பாதி நாட்கள் ஆகும். இவ்வாறு குறைந்து கதிர்வீச்சில்லா ஈய அணுக்களாக மாறும். இதிலிருந்து யுரேனியம் அல்லது தோரியம் கதிர் வீச்சணுக்கள் எந்த அளவு குறைந்திருக்கிறது? அதற்கு எவ்வளவு ஆண்டுகள் ஆகியிருக்கின்றன என்பதை அறிய முடியும்.

யுரேனியமும், தோரியமும் மிகவும் மெதுவாக சிதைவடைகின்றன. அதாவது யுரேனியத்தின் அரை வாழ்நாள் என்பது 4.5 பில்லியன் வருடங்கள். தோரியத்தின் அரை வாழ்நாள் கொண்ட யுரேனியமும், தோரியமும் ஏன் இவ்வளவு நாட்களாக பூமியில் இருந்து கொண்டிருக்கின்றன. ஹாலியும் மற்ற வானவியலாளர்களும் பூமி தோன்றி ஒரு பில்லியன் வருடங்கள் என்று சொன்னது ஓரளவுக்கு சரியென்றே தோன்றுகிறது. பூமி தோன்றி ஒரு டிரில்லியன் வருடங்களுக்கு முன் என்றால் (ஆயிரம் பில்லியன் வருடங்கள்) யுரேனியமும், தோரியமும் சிதைந்து போயிருக்கும்.

இந்த கதிர்வீச்சின் மூலம் அணுக்கள் அழிந்து போவது என்பதைக் கண்டுபிடிப்பதற்கு முன்னாலேயே ஓர் அமெரிக்க இயற்பியலாளர் பெர்ட்ரான் போர்டன் போல்ட்வுட் (*Bertran Borden Boldwood 1870-1927*) பாறைகளில் யுரேனியம் இருந்தால் அது கதிர் வீச்சினால் சிதைவடைந்து ஒரு காலகட்டத்தில் ஈயமாக மாறும் என்ற கருத்தை முன்வைத்தார்.

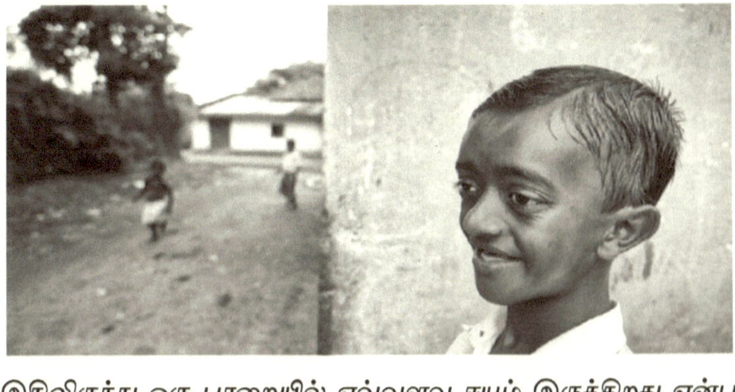

இதிலிருந்து ஒரு பாறையில் எவ்வளவு ஈயம் இருக்கிறது என்பதை வைத்து அந்த பாறை எவ்வளவு நாட்களாக திடமாக இருந்து வருகிறது என்பதைக் கண்டறியலாம் என்பதையும் சொன்னார். இது அவ்வளவு சுலபமானதல்ல. காரணம் பாறைகள் உருவாகும் போது ஈயம் அதிலிருக்கலாம் என்ற கேள்வியும் இருக்கிறது. இருந்தாலும் ஈயத்தில் நான்கு வகையான நெருக்கமான தொடர்புடைய

ஐசோடோப்கள் இருக்கின்றன. அவை இயற்கையாகவே ஒரு குறிப்பிட்ட அளவில் கலந்திருக்கின்றன. இதில் ஒரு வகையான ஐசோடோப் கதிர்வீச்சு சிதைவினால் உருவானது அல்ல. இந்த ஐசோடோப் எந்த அளவில் இருக்கிறது என்பதைக் கண்டறிந்து எவ்வளவு ஐசோடோப்கள் பாறைகள் உருவான காலத்தில் இருந்து இருக்கிறது என்பதைக் கண்டறியலாம். இதுபோக மீதியிருக்கும் ஈயத்தை வைத்து ஒரு பாறையின் வயதைக் கணக்கிடலாம்.

இதிலிருந்து ஒரு பில்லியன் வருடங்களுக்கு முன்னால் உள்ள பாறைகளைக் கண்டறிய சிரமம் இல்லை. 1931ஆம் ஆண்டு இரண்டு பில்லியன் வருடங்கள் பழமையான பாறை கண்டுபிடிக்கப்பட்டது. அதன் பிறகு மிகவும் பழமையான பாறை கிரீன்லாந்தில் கண்டுபிடிக்கப்பட்டது. இதனுடைய காலம் 3.8 பில்லியன் ஆண்டுகள்.

அப்படியென்றால் பூமியில் எவ்வளவு பழமையான பாறைகள் கண்டுபிடிக்கப்பட வாய்ப்புள்ளது! பூமியே இவைகளைவிட பழமையானதுதான். பூமியில் மிகப் பழமையான பாறைகூட இருந்திருக்கலாம். ஆனால், அந்தக் காலத்தில் இடைவிடாது பொங்கி வழிந்த எரிமலைக் குழம்புகள் அவைகளைச் சிதைத்திருக்கக் கூடும். எப்படியோ விஞ்ஞானிகள் பல்வேறு முறைகளைக் கையாண்டு பூமியின் வயது 4.6 பில்லியன் வருடங்கள் என்று திட்டவட்டமாக அறிவித்திருக்கிறார்கள். இது உலக விஞ்ஞானிகளால் ஏற்றுக் கொள்ளப்பட்டிருக்கிறது.

13

சூரியனின் நிறை எவ்வளவு?

சூரியனின் நிறை எவ்வளவு என்பதைத் தெரிந்துகொள்வதற்கு முன்னால் அது ஒரு பொருளா என்பதைப் பார்ப்போம். பழங்கால மக்கள் சூரியனை ஓர் ஒளிப்பந்து என்று கருதினார்கள். அரிஸ்டாட்டில் இந்த பூமி நிலம், நீர், காற்று, தீ ஆகிய நான்கு பொருட்களாலானது என்றும் மற்ற வான் பொருட்கள் எல்லாம் ஈதர் என்ற பூமியில் இல்லாத ஒரு பொருளால் ஆனது என்றும் கூறினர். இந்த ஈதர் என்ற பொருளுக்கு ஒளிரும் தன்மையுடையது என்று கிரேக்கத்தில் பெயர்.

சூரியன் பூமியைவிட பெரியது என்று புரிந்துகொண்டாலும்கூட அதற்கு எடையில்லையென்றும், பெரியது என்பதற்குப் போதுமான ஆதாரமில்லை என்றும் வாதிடப்பட்டு வந்தது. ஆகையால் சூரியன் என்பது மிகப்பெரியது என்பதற்கு ஒரு முக்கியத்துவம் இல்லாமல் இருந்தது. ஆனால், இந்த நிச்சயமில்லாத தன்மை 1687ஆம் ஆண்டு நியூட்டன் புவிஈர்ப்பு விசையைக் கண்டுபிடித்த பிறகு நீங்கியது. அதாவது பூமி சூரியனைச் சுற்றி வருவதற்குக் காரணம் அதனுடைய ஈர்ப்பு விசைதான். சூரியனுக்கு இப்படிப்பட்ட ஈர்ப்பு விசை இருப்பதற்குக் காரணம் அதனுடைய நிறைதான் என்பது விளங்கியது.

இது எவ்வளவு? இதைக் கண்டுபிடிப்பது அவ்வளவு கடினமான ஒன்று அல்ல. நமக்கு 3,85,000 கி.மீ. தொலைவில் இருக்கும் நிலா நமது பூமியைச் சுற்றி வருவதற்கு எவ்வளவு நேரம் எடுத்துக் கொள்கிறது என்பது தெரியும். மேலும்

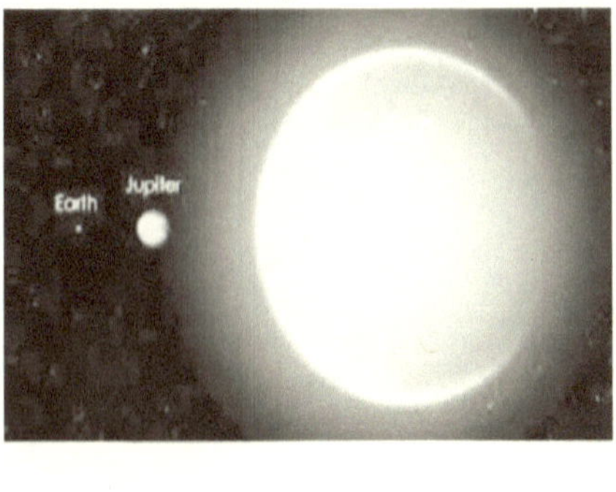

சூரியனிலிருந்து 150 மில்லியன் கி.மீ. தொலைவில் இருக்கும் பூமி சூரியனைச் சுற்றிவர எவ்வளவு நேரம் எடுத்துக் கொள்கிறது என்பதும் தெரியும். இதிலிருந்து சூரியன் பூமியைவிட எவ்வளவு பெரியது என்பதை சுலபமாகக் கணக்கிட முடியும். இவ்வாறு கணக்கிட்டதன்படி சூரியனின் நிறை 13,00,000 பூமியின் நிறைக்குச் சமம் என்பதை அறிய முடிந்தது. ஆகையால் சூரியனின் நிறை அளவிட முடியாத ஓர் ஒளிப்பந்து அல்ல என்பது தெளிவாகியது. அது மிகப்பெரிய கோளான வியாழன் கோளைவிட 1038 மடங்கு அதிக நிறையைக் கொண்டது. உண்மையில் சூரியக் குடும்பத்தின் மொத்த எடையில் 99.9 சதவீதத்தை சூரியன் பெற்றிருக்கிறது என்று சொல்லலாம்.

பூமியைவிட இவ்வளவு பிரமாண்ட நிறையுடன் சூரியன் இருந்தாலும் அதனுடைய அடர்த்தி என்பது ஒரு கன சென்டி மீட்டருக்கு 1.4 கிராம்தான். இது பூமிக்கு இருக்கும் அடர்த்தியைப் போன்று நான்கில் ஒரு பகுதிதான். ஆனால், சூரியனுடைய வேதியியல் கலவை என்பது பூமியைப் போன்று அல்லாமல் வேறுபாட்டுடன் காணப்படுகிறது.

சூரியன் எதனாலானது?

சூரியனில் உள்ள வேதிப் பொருட்கள் எவை? இந்தக் கேள்விக்கு பதிலளிப்பது அவ்வளவு எளிதல்ல. சூரியனிலிருந்து கொஞ்சம் பொருளைக் கொண்டு வந்து அதைப் பகுப்பாய்வு செய்வது என்பது இயலாத ஒன்று. பின் எப்படிக் கண்டுபிடிப்பது?

மூலகங்களை வெப்பப்படுத்தும் போது அவை பல வண்ணங்களுடைய ஒளிக்கோடுகளைத் தோற்றுவிக்கின்றன. இந்த நிறக்கோடுகள் ஒளியை உட்கொண்டு கறுப்புக் கோடுகளாக மாறுகின்றன என்பதை கிர்ச்கோஃப் என்பவர் கண்டுபிடித்தார். சூரியனுடைய வெப்பமுள்ள மேற்பரப்பும் எல்லாவித ஒளியையும் அனுப்புகிறது. இப்படி அனுப்பப்படும் ஒளியானது பல வண்ணக் கலவையாக பூமியை வந்தடைகிறது. இருந்தாலும் சூரிய ஒளியானது சூரியனுக்குக் கீழே உள்ள வெப்பமான வாயு மண்டலத்தைக் கடந்துதான் வருகிறது. இப்படி கடந்து வரும்போது இந்த வாயு மண்டலம் சில வகையான ஒளியை உறிஞ்சிக்கொண்டு கறுப்பான சில கோடுகளை உருவாக்குகின்றது என்று ஃப்ரான் கூபர் என்பவர் கண்டுபிடித்தார். இந்தக் கறுப்புக் கோடுகள் நிறப்பிரிகையில் எந்த இடத்தில் உருவாகின்றன என்பதை வைத்து சூரிய வாயு

மண்டலத்தில் எத்தகைய மூலங்கள் இருக்கின்றன என்பதைத் தெரிந்துகொள்ளலாம்.

இதை அடிப்படையாக வைத்து மற்ற வானவியலாளர்கள் சூரியனில் உள்ள மற்ற பல வேதியியல் உண்மைகளை ஆராய முற்பட்டார்கள். இப்படிச் செய்த ஆராய்ச்சிகளின் விளைவாக நமக்கு சில உண்மைகள் தெரிய வந்திருக்கின்றன.

இப்பொழுது நமக்கு சூரியனின் முக்கால் பகுதி நிறை மிகவும் சாதாரணமாக பிரபஞ்சத்தில் காணப்படும் ஹைட்ரஜன் வாயுக்களாலும், அதற்கு அடுத்தபடியாகக் காணப்படும் ஹீலியம் வாயுக்களாலும் நிரப்பப்பட்டிருக்கிறது என்பது தெரியும். ஹைட்ரஜனும், ஹீலியமும் மொத்தமாகச் சேர்ந்து சூரியனின் 98 சதமான நிறைக்குக் காரணமாயிருக்கிறது. ஹைட்ரஜன், ஹீலியம் வாயுக்களைத் தவிர்த்து ஒவ்வொரு 10,000 அணுக்களில் ஆக்ஸிஜன் அணுக்கள் 4,300, கார்பன் 3,000, நியான் 950, நைட்ரஜன் 630, மக்னீசியம் 230, இரும்பு 52, சிலிக்கான் 35 என்ற விகிதத்தில் காணப்படுகின்றன. மீதமுள்ள 8-ல் சில மூலகங்கள் இருப்பதற்கான சுவடுகள் தெரிகின்றன. இந்தக் கண்டுபிடிப்பானது அரிஸ்டாட்டில் சொன்னதை முழுமையாகப் புரட்டிப் போட்டுவிட்டது.

சூரியனைப் பற்றி சில உண்மைகள்

- நமது பால் வெளி மண்டலத்தில் உள்ள 200 மில்லியன் - நட்சத்திரங்களில் ஒன்று தான் நமது சூரியன்.
- நாம் பூமியிலிருந்து பார்க்கும் போது நமது கண்களுக்கு சுமார் 6,000 நட்சத்திரங்கள் புலப்படும். அதில் ஒன்றுதான் நமது சூரியன்.
- நமது சூரியன் வெளிவிடக் கூடிய சக்தியின் அளவு 386 பில்லியன் மெகா வாட்டுகள்.
- நமது பூமிக்கு 93 பில்லியன் மெகாவாட் சக்தி சூரியனிலிருந்து கிடைக்கிறது. இது அமெரிக்காவுக்கு தேவைப்படும் சக்தி அளவு போல் 40,000 மடங்கு அதிகமாகும்.
- ஒரு ஹைட்ரஜன் அணுகுண்டை வெடித்தால் அதனுடைய சக்தி எப்படி உற்பத்தியாகிறதோ அதே போன்று அணுப்பிணைவின் மூலம் சூரியனுக்கு சக்தி கிடைக்கிறது.
- ஒரு வினாடிக்கு 50 லட்சம் டன் பொருட்களை சூரியன் இழந்து கொண்டிருக்கிறது.
- சூரியன் மையத்தில் பூமியில் இருக்கும் வளிமண்டலத்தின் அழுத்தத்தைப்போல் 340 மில்லியன் மடங்கு அதிகம்.
- சூரியன் மையத்தில் உள்ள அடர்த்தி பூமியில் இருக்கும் தண்ணீரின் அடர்த்தியைப் போல் 150 மில்லியன் மடங்கு அதிகம்.
- சூரியன் மையத்தில் உருவாகும் சக்தி சூரியனின் வெளிப்பகுதிக்கு வந்து சேர 5 கோடி ஆண்டுகள் ஆகும்.
- சூரியனின் விட்டம் 109 பூமியின் விட்டத்திற்குச் சமம்.

- சூரியனின் பரப்பு 11,990 பூமியின் பரப்பளவுக்குச் சமம்.
- சூரியனின் கன அளவில் 13 லட்சம் பூமிகளைப் போட்டு விடலாம்.
- சூரியக் குடும்பத்தின் மொத்த நிறையில் சூரியன் மட்டும் 99.86 சதவீதத்தைப் பெற்றிருக்கிறது.
- சூரியனின் எடையில் 73% ஹைட்ரஜன், 25% ஹீலியம். 1.5% கார்பன், நைட்ரஜன் மற்றும் ஆக்ஸிஜன் 0.5% மற்ற மூலகங்கள் இருக்கின்றன.
- சூரியனில் இருந்து ஒளி பூமியை வந்தடைய 8.3 நிமிடங்கள் ஆகின்றன.
- சூரிய ஒளி தூரத்தில் இருக்கும் புளூட்டோ குறுங்கோளுக்கு செல்ல 5.5 மணி நேரம் ஆகும்.
- சூரியன் தனது அச்சில் 25.38 நாட்களுக்கு ஒருமுறை சுற்றிக் கொள்கிறது.
- சூரியன் நமது பால் வெளி மண்டலத்தை 24 கோடி வருடங்களுக்கு ஒரு முறை சுற்றி வருகிறது.
- நமது சூரியன் நமது பால்வெளி மண்டலத்தின் மையத்திலிருந்து 30,000 ஒளி ஆண்டுகள் தொலைவில் அமைந்திருக்கிறது.
- சூரியன் உருவானதிலிருந்து நமது பால் வெளிமண்டலத்தை சூரியன் 20 முறைகள் சுற்றி வந்திருக்கிறது.

14

நகரும் கண்டங்கள்

பூகம்பங்கள் ஏற்படுவதை நாம் கேள்விப்பட்டிருக்கிறோம். நாம் பார்த்தும் இருக்கிறோம். இது எதனால் ஏற்படுகிறது? எரிமலைகள் நெருப்புக் குழம்பை கக்குகிறது. இது எதனால்? நீளமான மலைத் தொடர்கள் உருவாகியிருக்கின்றன. இவை எப்படி உருவாகின? இது போன்ற கேள்விகள் நம்மில் பலருக்கும் எழலாம். இவற்றுக்குக் காரணம் கண்டங்கள் நகர்வதால் தான் என்று அறிவியல் பூர்வமாக கண்டறியப் பட்டிருக்கிறது.

கண்டங்கள் ஒவ்வொன்றும் நகர்கின்ற பொழுது அவைகள் ஒன்றோடொன்று மோதிக் கொள்கின்றன. இவ்வாறு மோதி நிலப்பரப்பு மேலெழும் போது மலைத் தொடர்கள் உருவாகின்றன. இமயமலைத் தொடரும் ஆல்ப் மலைத் தொடரும் இப்படி உருவானவைகளே. கண்டங்கள் சில நேரம் நேரிடையாக மோதிக் கொள்ளாமல் ஒன்றோடொன்று உரசிக் கொள்வதுண்டு. இம்மாதிரி உரசிக் கொள்ளும் போது பூகம்பங்கள் உருவாகின்றன. சில நேரம் கண்டத் தட்டுகள் ஒன்றைவிட்டு ஒன்று விலகும் போது எரிமலைகள் உருவாகின்றன.

இப்படிக் கண்டங்கள் நகர்கின்றன என்று சொன்னால் இதை யாரும் நம்ப மாட்டார்கள். எப்படி கண்டங்கள் நகரும் என்று கேட்பார்கள். பழங்காலத்தில் கண்டங்களோ அல்லது அவற்றின் பகுதிகளோ நகர்கின்றன என்று நினைத்தார்கள். நீண்ட காலத்திற்கு முன்னால் கி.மு.560 - 480ல் கிரேக்க தத்துவ மேதை ஜீனோபேன் கடலுக்கு அடியில் உள்ள பாறைகள் சில சமயம் மலை உச்சியில் காணப்படுகிறது. இதிலிருந்து மலை உச்சி ஒரு காலகட்டத்தில் தண்ணீருக்கு அடியில் இருந்திருக்கிறது. மேலும் கடலுக்கடியில் உள்ள சில பொருட்கள் பூமிக்கு மேல் வரக் காரணம் பூமியில் உள்ள ஏதோ ஓர் அழுத்தத்தால் அவை மேலே தள்ளப்பட்டிருக்கிறது என்ற கருத்தை முன் வைத்தார். அவர் சரியாகவே சொல்லியிருந்தாலும் அதை யாரும் அவ்வளவு முக்கியமாக எடுத்துக் கொள்ளவில்லை.

1889ஆம் ஆண்டில் அமெரிக்கப் புவியியலாளர் கிளாரன்ஸ் எட்வர்டு டட்டன் (Clarence Edward Duttan 1841-1912) என்ப வர் இதையே கொஞ்சம் உயர்ந்த வகையில் மாற்றியமைத்தார். இவர் கடலுக்கடியில் உள்ள பாறைகளைவிட கண்டங்களின் மேல் உள்ள பாறைகளின் அடர்த்தி குறைவு. இதனால்தான் கண்டங்கள் கடலுக்கு மேலே மிதக்கின்றன என்றார். ஆனால், கண்டங்களோ அல்லது கண்டங்களின் பகுதிகளோ மேலேயோ அல்லது கீழேயோ நகர்கிறதே ஒழிய அவை பக்கவாட்டில் நகர்வதற்கு அடையாளங்கள் இல்லை யென்றார்.

அமெரிக்கக் கண்டம் கண்டுபிடிக்கப்பட்டு அட்லாண்டிக் பெருங்கடல் எரிமலைகள் உலக வரைபடத்தில் இடம் பெற்ற பிறகு சில முக்கிய உண்மைகள் தெரிய வந்தன. இதை பிரித்தானிய தத்துவ மேதை பிரான்சிஸ் பேக்கன் 1620இல் குறிப்பிட்டிருக்கிறார். நாம் தென் அமெரிக்காவின் கிழக்குக் கடற்கரையோரத்தைப் பார்த்தால் அது ஆப்ரிக்காவின் மேற்குக் கரையோடு பொருந்துவதாக இருக்கிறது. இதிலிருந்து தென் அமெரிக்காவும், ஆப்ரிக்காவும் ஒரு காலத்தில் ஒரே கண்டமாக இருந்து பிறகு இரண்டாகப் பிரிந்து ஒரு பகுதி கொஞ்சம் கொஞ்சமாக நகர்ந்து சென்றிருக்கிறது என்பது நமக்கு ஆச்சரியத்தை அளிக்கிறது.

1912ஆம் ஆண்டு ஆல்ஃரெட் லோதர் வெக்னர் (Alfred Lother Wegener) என்ற ஜெர்மன் புவியியலாளர் இந்தக் கருத்தை விவரமாக எடுத்துக்கொண்டார். இவர் இந்த இரண்டு கண்டங்களும் கடலுக்கடியில் உள்ள கனமான பாறைகளி

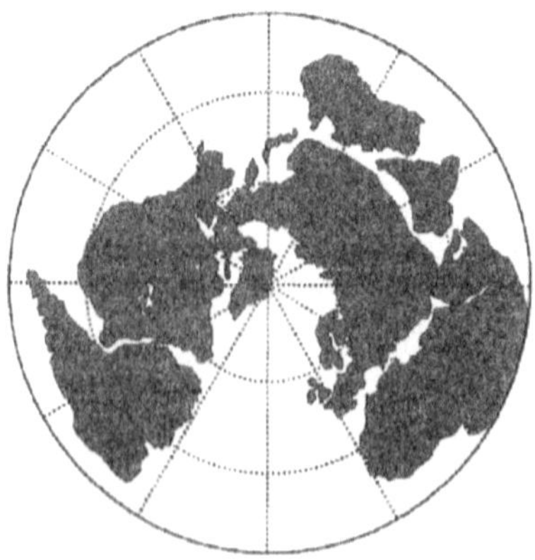

லிருந்து பிரிந்து மிதந்து சென்றிருக்கலாம் என்று கருதினார். இவர் தற்பொழுதிருக்கும் எல்லாக் கண்டங்களும் ஒரு காலத்தில் பேன்ஜியா என்ற ஒரு பெருங் கண்டமாக இருந்திருக்கலாம் என்றார். இவர் கூறியது நல்ல ஆலோசனையாக இருந்தாலும் கண்டங்கள் கடல் அடிக்கு மேல் மிதந்து கொண்டிருப்பது என்பது ஏற்றுக்கொள்ளக் கூடியதாக இல்லை என்று கருதப்பட்டது.

1850ஆம் ஆண்டுகளில் வட அமெரிக்காவுக்கும், ஐரோப்பாவுக்கும் இடையே தொலைத் தொடர்புக்காக அட்லாண்டிக் பெருங்கடலின் குறுக்கே மாத்யூ ஃபன்டைன் மவ்ரி (*Mathew Fountain Maury - 1806-1873*) என்ற அமெரிக்க கடல் ஆய்வாளர் அட்லாண்டிக் பெருங்கடலில் எந்த வழியில் கேபிளை எடுத்துச் சென்றால் சரியானதாக இருக்கும் என்று ஆராய்ந்தார். பிறகு அவர் அட்லாண்டிக் பெருங்கடலின் மத்தியில் ஆழம் குறைவாக இருக்கிறது என்று கண்டுபிடித்தார். அட்லாண்டிக் பெருங்கடலின் மத்தியப் பகுதியில் ஒரு பீடபூமி இருப்பதாக அவர் நம்பினார். அதற்கு அவர் 'டெலிகிராப் பீடபூமி' என்று பெயர் வைத்தார்.

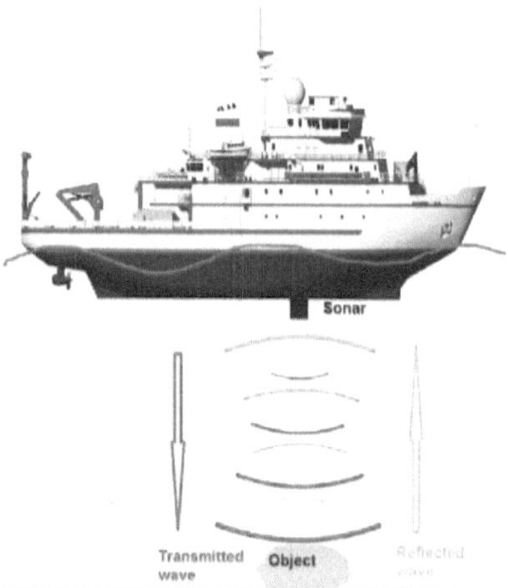

கடலின் தரையைக் கண்டுபிடிப்பது அவ்வளவு எளிதான தல்ல. கடலுக்குள் பல கிலோ மீட்டர் ஆழத்திற்கு கேபிளை செலுத்தி அது எப்பொழுது தரையை அடைந்தது என்பதைக் கண்டுபிடித்து ஆழத்தை அளப்பது என்பது எளிதானதல்ல. இது ஒரு மிகப் பெரிய கடினமான பணியாகவே இருந்தது. இருந்தாலும் சில இடங்கள் முதல் பயணத்திலேயே சரியாகக் கண்டுபிடிக்கப்பட்டு விட்டன. இந்த வகையில் மவ்ரி வேலைகளை ஆரம்பித்தார்.

1872ஆம் ஆண்டு பிரித்தானிய கண்டுபிடிப்பாளர் சார்லஸ் வில்லி தாம்ஸன் (Charles Wyvaille Thomson - 1830-1882) நான்கு ஆண்டுகளில் கடலில் 1,25,000 கி.மீ தொலைவு பயணம் செய்து 372 கடல் ஆழ சோதனைகளை 6.4 கி.மீ கேபிளை வைத்து செய்தார். இதைத் தவிர அடுத்த ஐம்பது ஆண்டுகளில் பெரிய சோதனைகளை யாரும் மேற்கொள்ளவில்லை. அடுத்து முதல் உலக மகாயுத்தத்தின் போது எதிர் ஒலி முறை (Eco Sounding) தொழில் நுட்பம் வளர்ச்சியடைந்திருந்தது. இந்த தொழில் நுட்பத்தின் மூலம் நுண் அலை ஒலியை உருவாக்கி அதை கடலின் ஆழத்திற்கு அனுப்பினால் அது கடலின் தரையில் பட்டு அது ஒரு சில நிமிடங்களில் பிரதிபலித்து மேலே வருவதை உணர்ந்துகொள்ள முடியும். இந்த ஒலி மூலம் கடலின் ஆழத்தைக் கணக்கிட முடியும் என்று கண்டுபிடிக்கப்பட்டது. இந்த முறையைப் பயன்படுத்தி 1922ஆம் ஆண்டு ஒரு ஜெர்மானியக் கப்பல் ஒன்று கடல் ஆழங்களை விரிவாக அளந்தது.

கடல் ஆழத்தைக் கண்டுபிடித்த மிகச்சிறந்த அமெரிக்க கடல் ஆய்வாளரும், புவியியலாளருமான வில்லியம் மாரிஸ் இவிங் (William Maurice Ewing-1906-1974) 1950 களில் ஏராளமான கருவிகளின் துணைகொண்டு அட்லாண்டிக் கடலிலுள்ள டெலிகிராப் பீடபூமி என்று சொல்லப்படுகின்ற கடல் ஆழப் பகுதியை ஆராய்ந்து ஒரு முடிவுக்கு வந்தார். இது ஒரு பீடபூமி அல்ல. மாறாக அது ஒரு நீண்ட நெடிய மடிப்பு மலைத்தொடர். அது வளைந்து அட்லாண்டிக் பெருங்கடல் மத்தியில் செல்கிறது. இதனுடைய சில உயர்ந்த சிகரங்கள் கடல் பகுதிக்கு மேலே உயர்ந்து தீவுகளை உருவாக்கி இருக்கின்றன. இந்த மலைத் தொடர் ஆப்ரிக்காவைச் சுற்றிக்கொண்டு இந்து மகா பெருங்கடல் வரைக்கும் பரவியிருக்கின்றது. இது கடலுக்கடியில் இருக்கும் ஓர் உலக மலைத்தொடர் என்று 1956இல் ஈவிங் குறிப்பிட்டார். பூமியின் மேலுள்ள பாறை ஓடு பல விரிசல்களைக் கொண்டிருந்தாலும் இந்த கடல் மலைத் தொடர் நடுவே ஒரு பெரிய ஆழமான விரிசல் ஓடிக் கொண்டிருக்கிறது என்று 1957 இல் ஈவிங் குறிப்பிட்டார். இம்மாதிரி விரிசல்கள் பூமியின் மேல் ஓட்டில் காணப்படுகின்றன. இவற்றைத்தான் நாம் ‘கண்டத் தட்டுகள்’ என்று அழைக்கின்றோம்.

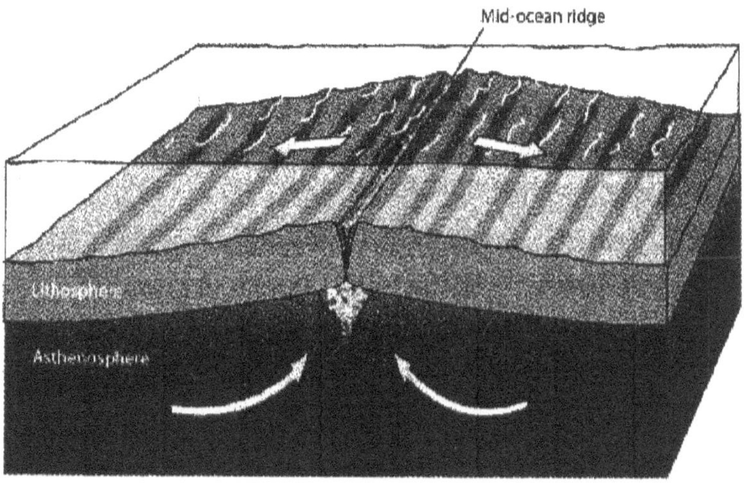

1962ஆம் ஆண்டு அமெரிக்க புவியியலாளர் ஹேரி ஹம்மான்ட் ஹெஸ் (Harry Hammond Hess - 1906-1969) என்பவர் மேற் சொன்ன கண்டத் தட்டுகளுக்கு அடியில் உள்ள பொருட்கள் அட்லாண்டிக் கடலுக்கு மத்தியில் மேல் நோக்கி உந்தித் தள்ளுகின்றன. இப்படி உந்தித் தள்ளும் போது ஆப்பிரிக்கக் கண்டத்தைத் தாங்கும் தட்டு கிழக்கு நோக்கியும், தென் அமெரிக்காவைத் தாங்கும் தட்டு மேற்கு நோக்கியும் தள்ளப்படுகிறது. இவ்வாறு தள்ளப்படும் போது இதற்கு இடையில் உள்ள கடல் விரிவடைகிறது. இவ்வாறு விரிவடைவதற்கு கடல்தளம் விரிவடைதல் (Sea-Floor Spreading) என்று பெயர் என்று சொன்னார். இந்த விளக்கம் எல்லா புவியியலாளர்களாலும் ஒப்புக் கொள்ளப்பட்டது. உண்மையாகவே ஆப்ரிக்காவும், தென் அமெரிக்காவும் ஒரு காலத்தில் ஒரே நிலப்பரப்பாகத்தான் இருந்திருக்கிறது என்று வேக்னர் சொன்னது உண்மை யென்றாலும் அந்த கண்டங்கள் பிரிந்து போனதற்குக் காரணம் அவை மிதப்பதினாலோ அல்லது நகர்வதினாலோ அல்ல, மாறாக அவை பூமி சுழற்சியினால் ஏற்படும் ஒருவித விசையின் காரணமாக பிரிந்து சென்றன என்று வேக்னர் சொன்னதை விஞ்ஞானிகள் ஏற்றுக்கொள்ளவில்லை.

எல்லாக் கண்டங்களும் பிரமாண்ட பாறை ஓடுகளாலான கண்டத் தட்டுகளின் மேலே அமையப் பெற்றிருக்கின்றன. இந்தப் பாறைத் தட்டுகள் எப்பொழுதும் நகர்ந்து கொண்டும் ஒன்றோடொன்று மோதிக் கொண்டும் தான் இருக்கின்றன. இப்பொழுதும் கூட

கண்டங்கள் நகர்ந்து கொண்டுதான் இருக்கின்றன. இம்மாதிரி கண்டங்கள் நகர்வதற்குக் காரணம் கடல் தரை விரிவடைவதுதான். அதாவது இரண்டு கண்டத் தட்டுகளுக்கிடையே பூமிக்கு அடியில் இருக்கும் பாறைக் குழம்பு கடல் நடுவே உள்ள மலைகளின் வழியாக வெளியேறும் போது கடல் தளம் விரிவடைகிறது. இந்தக் கருத்தை 1960ஆம் ஆண்டு ஹாரி ஹெஸ் (Harry Hess) மற்றும் ராபர்ட் டைட்ஸ் (Roberty Diets) என்பவர்கள் வெளியிட்டார்கள்.

பேன்ஜியா என்ற பெருங்கண்டம்

- இப்பொழுது நமது பூமியில் உள்ள ஏழு கண்டங்களும் ஒரு காலத்தில் பேன்ஜியா என்ற ஒரே கண்டமாக இருந்தன. இது கொஞ்சம் கொஞ்சமாக பிரிந்து தற்பொழுதுள்ள ஏழு கண்டங்களாக பிரிந்தன. இவை மேலும் நகர்ந்துகொண்டே அல்லது நெருக்கமாக சென்று கொண்டிருக்கின்றன. உதாரணமாக ஐரோப்பாவும் வட அமெரிக்காவும் வருடத்திற்கு 7 செ.மீ. பிரிந்து சென்று கொண்டிருக்கின்றன. தென் அமெரிக்காவும், ஆப்பிரிக்காவும் 3 செ.மீ. ஒன்றையொன்று விலகிச் சென்று கொண்டிருக்கின்றன.

இமயமலை எப்படி உருவானது?

- இமயமலைத் தொடர் இந்தியா, பாகிஸ்தான், நேப்பாளம் ஆகிய நாடுகளுக்கிடையே 2,900 கி.மீ. தூரத்திற்கு நீண்டிருக்கிறது. இந்த மலைத் தொடர்தான் உலகத்தின் உயர்ந்த மலைத்தொடர். இமயமலையில் உள்ள எவரெஸ்ட் சிகரம் 8,848 மீட்டர் உயரமுடையது. அதற்கு அடுத்தபடியாக இதே மலைத்தொடரில் 8,000 மீட்டருக்கு மேல் உயரமுள்ள மலைச் சிகரங்கள் பலவுண்டு. இதற்கு அடுத்து தென் அமெரிக்காவில் உள்ள மலைத்தொடர் இதில் மிக உயர்ந்த சிகரம் 6,962 மீட்டர் மட்டுமே.

- சில மில்லியன் வருடங்களுக்கு முன் இந்த மலைச் சிகரங்கள் கிடையாது. அப்பொழுது ஆசியா கண்டம் ஒரே கண்டமாக இருந்தது. ஆனால், இந்தியா ஒரு தீவாக ஆஸ்திரேலியாவுக்கு அருகில் மிதந்து கொண்டிருந்தது. சுமார் 220 மில்லியன் வருடங்களுக்கு முன்பு பேன்ஜியா என்ற பெருங்கண்டம் உடையத் தொடங்கி நகர்ந்தது. அப்பொழுது இந்தியா கொஞ்சம் கொஞ்சமாக வடக்கு நோக்கி கிட்டத்தட்ட 6,000 கி.மீ. நகர்ந்து 40 லிருந்து 50 மில்லியன் வருடங்களுக்கு முன்பு ஆசிய நிலப் பகுதிக்கு அடியில் நுழைந்தது. அதன் காரணமாக ஆசிய நிலப்பகுதி மேலே எழுந்து இமய மலைத் தொடர் உருவாகியது.

15

ஒளி வேகம்

பெரிய எண்கள், அதிக பூஜ்ஜியங்களையுடைய எண்களை நம்மால் கையாள முடிவது என்பது மிகவும் கடினமான ஒன்று. நமக்கும் சூரியனுக்கும் வரையிலான தூரமும் அல்லது நமக்கும் கோள்களுக்கும் இடையிலான தூரங்களுமே சில மில்லியன் கி.மீ. இருக்கும். இவற்றை நம்மால் ஓரளவுக்கு சமாளிக்க முடியும். ஆனால் மிக மிகத் தொலை தூரங்களில் அமைந்திருக்கும் நட்சத்திரங்களின் தூரங்களை இப்படி எண்களால் எழுதிப் பார்ப்பதில் எந்தவித பலனும் இல்லை என்றே சொல்ல முடியும்.

நாம் அன்றாடம் உபயோகப்படுத்தும் கி.மீட்டர்கள் பூமியில் உள்ள தூரங்களை அளப்பதற்கு வேண்டுமானால் போதுமானதாக இருக்கும். பிரபஞ்ச கணக்குகளுக்கும், நட்சத்திரத் தூரங்களை அளப்பதற்கும் போதுமானதாக இருக்காது. வானவியல் தூரங்களை அளப்பதற்கு வானவியலாளர்கள் ஒளி ஆண்டு என்ற அலகை உபயோகப்படுத்துகின்றார்கள். ஒளி ஆண்டு என்றால் ஒளியானது ஒரு ஆண்டில் செல்லும் தூரம். அப்படியென்றால் ஒளியின் வேகம் எவ்வளவு?

உதாரணமாக ஓர் அறையின் மூலையில் ஒரு விளக்கு இருக்கிறது. அதை எரிய வைக்கிறோம். அந்த ஒளி எவ்வளவு சீக்கிரத்தில் அந்த அறை முழுவதும் பரவுகிறது. இதை யாராலும் அளந்து சொல்ல முடியாது. காரணம் விளக்கைப் போட்டவுடன் அறை முழுவதும் ஒளி பரவி விடுகிறது. அறையைவிட மிகப் பெரிய விளையாட்டு அரங்கத்தில் சக்தி

வாய்ந்த ஒளி விளக்குகள் பொருத்தப்பட்டிருக்கும். அவற்றைப் போட்டவுடன் அந்த விளையாட்டு அரங்கம் முழுதும் ஒளி பரவி விடுவதை நம்மால் காண முடியும். ஆகையால் ஒளி கணக்கிட முடியாத அளவு வேகத்தில் செல்கிறது என்று சொல்ல முடியுமா? இது நம்மிடையே எழக்கூடிய இயற்கையான கேள்வி, நாம் மேற்குறிப்பிட்டது போல் குறைவான தூரங்களை வைத்து ஒளி செல்லும் வேகத்தை கணக்கிடுவது சிரமம்.

தொலை தூரங்களில் இருந்து வரும் ஒளியை வைத்து ஒளியின் வேகத்தை நம்மால் கணக்கிட முடியும் என்று நம்பினார்கள். இதற்கான முதல் பரிசோதனையை கலீலியோ செய்தார். கலீலியோவும் அவருடைய உதவியாளரும் ஆளுக்கு ஒரு விளக்கை எடுத்துக் கொண்டு வானத்தில் இருள் கவ்வியிருக்கும் ஒரு நாள் பார்த்து பக்கத்தில் இருக்கும் மலை உச்சியின்மீது ஏறிக்கொண்டார்கள். முதலில் கலீலியோ தன்னுடைய விளக்கின் கதவைத் திறந்து ஒளியை தன் உதவியாளருக்கு அனுப்பினார். அவருடைய உதவியாளரும் அதைப் பார்த்தவுடன் அவரும் தன்னுடைய விளக்கின் கதவைத் திறந்து ஒளியை கலீலியோவுக்கு அனுப்பினார். இந்தப் பரிசோதனை மூலம் ஒளி கொஞ்சம் தாமதமாக வந்து சேருகிறது என்று நம்பினார். இதில் ஒரு சிறிய தவறு இருந்திருக்கிறது. அதாவது ஒளி சென்று திரும்புவதில் மிகச் சிறிய காலதாமதம் இருக்கிறது என்று எடுத்துக் கொள்வதைவிட ஒருவர் அனுப்பிய ஒளியைப் பார்த்து மற்றொருவர் அனுப்ப எடுத்துக் கொள்ளும் நேரத்தில் மிகச் சிறிய தவறு நேர்ந்திருக்கிறது என்பதை கலீலியோ உணர்ந்தார். ஆகையால் கலீலியோ மிகவும்

தொலைவில் இருக்கக் கூடிய இரண்டு மலைகளுக்கிடையே இதே பரிசோதனையை நடத்தலாம் என்று உணர்ந்தார். ஆனால் பூமி உருண்டையாக இருப்பதால் மிகவும் தொலைவில் இருக்கும் ஒரு மலை உச்சியைக் காண முடியாது. அதனால் ஒளியை அனுப்ப இயலாது என்பதையும் அவர் அறிந்திருந்தார். அதனால் குறைவான தூரத்தில் ஒளி செல்லும் வேகத்தை அளக்க ஒரு கருவி இருந்தால் அது சாத்தியம் என்று உணர்ந்தார். ஆனால் அப்பொழுது அம்மாதிரி கருவிகள் எதுவும் இல்லை.

இப்படிப்பட்ட நிலை அரை நூற்றாண்டு காலம் நீடித்தது. அதற்குப் பிறகு டேனிடா நாட்டைச் சேர்ந்த வானவியலாளர் ஓலஸ் ரோமர் (*OLAUS ROEMER - 1644-1710*) என்பவரால் தற்செயலாக இந்தப் பிரச்சனைக்கு ஒரு முடிவு வந்தது. ஒரு நாள் அவர் வியாழன் கோளின் மிகப்பெரிய நான்கு துணைக்கோள்களைப் பற்றிய ஆராய்ச்சியில் ஈடுபட்டிருந்தார். அந்தக் காலகட்டத்தில் ஊசல்மானி கடிகாரம் நேரத்தைத் துல்லியமாகக் கண்டறிய கண்டுபிடிக்கப்பட்டிருந்தது. இதை வைத்து வியாழன் துணைக்கோள் வியாழனைச் சுற்றிவர எவ்வளவு நேரம் எடுத்துக் கொள்கிறது என்பதை ஆராய்ச்சி செய்து வந்தார். அப்பொழுது இந்த துணைக் கோள்கள் ஒரு குறிப்பிட்ட கால இடைவெளியில் மறைகின்றன. மீண்டும் அடுத்த பக்கமாக வருகின்றன என்று கண்டுபிடித்தார்.

இப்படி ஒரு குறிப்பிட்ட இடைவெளியில் மறைந்து மீண்டும் வருவது என்பது தொடர் நிகழ்வல்ல. சில நேரம் இவ்வாறு இந்தத் துணைக்கோள் மறைவது என்பது குறிப்பிட்ட நேரத்திற்கு முன்னாலும் சிலகாலம் குறிப்பிட்ட நேரத்திற்குப் பின்னாலும் நடந்தது. அதாவது வருடத்தில் ஆறு மாத காலம் 8 நிமிடம் முன்னாலும், அடுத்த ஆறு மாதகாலம் 8 நிமிடம் பின்னாலும் நடைபெறுகிறது என்று கண்டுபிடித்தார்.

ரோமர் இதற்கு அறிவியல் ரீதியில் விளக்கத்தைத் தர முயற்சிகளை மேற்கொண்டார். வியாழன் கோளும், பூமியும் அதனதன் பாதையில் சூரியனை சுற்றி வருகின்றன. இவ்வாறு சுற்றும் போது இந்த இரண்டு கோள்களும் சூரியனின் ஒரே பக்கத்தில் காணப்படுமானால் வியாழன் பிரதிபலிக்கும் சூரிய ஒளி பூமியை குறைவான நேரத்தில் வந்தடையும். ஆனால் வியாழனும், பூமியும் சூரியனுக்கு எதிர் எதிர் திசையில் இருக்குமானால் ஒளியானது அதிக நேரம் பயணம் செய்ய வேண்டியிருக்கும். (அதாவது இதை எளிதில் புரிந்து கொள்ள கீழ் வரும் உதாரணத்தைக் கவனிக்கவும்.

ஓர் ஓட்டப்பந்தய மைதானத்தை எடுத்துக் கொள்ளவும். இதில் விளையாட்டு வீரர்கள் ஓடிவர மைதானத்தைச் சுற்றிவர கோடுகள் போடப்பட்டிருக்கும். விளையாட்டுப் போட்டிகள் தொடங்கும் முன் எல்லா வீரர்களும் ஒரே பக்கமாக இருப்பார்கள். அவர்கள் ஒரே நேர் கோட்டில் இல்லாவிட்டாலும் அவரவர்கள் பாதைக்கு தகுந்த மாதிரி முன்பின் தள்ளி இருப்பார்கள் என்றாலும் போட்டியை நடத்துபவர் கொடுக்கும் விசில் ஒலியை எல்லாரும் சுலபமாகக் கேட்க முடியும். ஆனால், அவர்கள் பந்தயம் நடத்துபவரின் எதிர்த்திசையில் ஓடிக்கொண்டிருக்கும் போது அவர் விசில் அடித்தால் கேட்காது. (காரணம் தொலைவு) இது போன்றுதான் வியாழனும், பூமியும் ஒரே பக்கத்தில் இருக்கும் போது ஒளி விரைவாக வந்து சேருகிறது. எதிர்த் திசையில் இருக்கும் போது 8 நிமிடங்கள் தாமதமாக வருகிறது என்பதை ரோமர் விளக்கினார்.

ஆக ஒளியானது வியாழனில் இருந்து சூரியனுக்கு வர 8 நிமிடங்களும் அங்கிருந்து பூமிக்குவர 8 நிமிடங்களும் ஆகின்றன. இந்தத் தொலைவானது கலீலியோவின் இரண்டு மலை உச்சிகள் பரிசோதனையை விட மிகவும் அதிகமான தொலைவு அதிகரிக்கும் போது அல்லது குறையும் போது வியாழனின் துணைக் கோள்கள் தெரியும் காலத்தில் மாற்றம் ஏற்படும் என்பதை ரோமர் விளக்கினார். இதை கலீலியோ தனது வான் நோக்கின் போது கண்டறிந்திருந்தார். அதற்கு இங்கே விளக்கம் கிடைத்திருக்கிறது.

ரோமர் தன்னுடைய கண்டுபிடிப்பை 1676இல் வெளியிட்டார். அவர் பூமி சூரியனை சுற்றும் பாதையின் அகலத்தைத் துல்லியமாக கணக்கிடவில்லை ஆகையால் அவரது மதிப்பீடு சற்று குறைவாக இருக்கலாம். ஆனால் ஒளியின் வேகம் கணக்கிட முடியாதது என்று நினைத்திருந்த காலத்தில் ஒளியின் வேகத்தை அளக்க முடியும் என்ற நம்பிக்கை இதன் மூலம் பிறந்தது. தற்பொழுது மற்ற முறைகளின் மூலம் துல்லியமாக ஒளியின் வேகம் வினாடிக்கு 2,99,800 கி.மீ (1,86,000 மைல்கள்) என்று கண்டறியப்பட்டிருக்கிறது.

ஒளியைப் பற்றிய உண்மைகள்

- இயற்பியலில் ஒளி என்பது மின்காந்த கதிர் வீச்சு என்பதாகும். நாம் அன்றாட வாழ்வில் நமது கண்களுக்கு புலப்படுகிற ஒளியை மட்டும்தான் காண்கிறோம்.
- சில விலங்குகள் மனிதர்கள் காணமுடியாத ஒளியையும் காண முடியும். உதாரணமாக நிறைய பூச்சிகளால் புற ஊதாக் கதிர்களை காண முடியும்.
- மனிதர்களால் பார்க்க முடியாத சில பொருட்களை அகச் சிவப்பு கதிர்கள் மூலம் காணமுடியும். தடயவியல் விஞ்ஞானிகள் அகச் சிவப்புக் கதிர்களை உபயோகிக்கிறார்கள்.
- அகச் சிவப்புக் கதிர்களின் அலை நீளம் மிகவும் அதிகம். ஆகையால் அவற்றை மனிதர்கள் காணமுடியாது.
- ஒளி மிக மிக அதிவேகத்தில் செல்லக் கூடியது. ஒளி ஒரு நொடியில் 1,86,000 மைல்கள் அல்லது 3,00,000 கி.மீ செல்கிறது.
- ஒளி பூமியிலிருந்து நிலவுக்குச் செல்ல 1.255 நொடிகள் எடுத்துக்கொள்ளும்.
- சூரிய ஒளியால் கடலில் 80 மீட்டர் ஆழத்திற்குச் (226 அடி) செல்ல முடியும்.
- தாவரங்கள் ஒளிச் சேர்க்கைக்கு சூரிய ஒளி முக்கியம். இந்த ஒளிச் சேர்க்கையின் போது தாவரங்கள் சூரிய சக்தியைப் பயன்படுத்தி உணவு தயாரிக்கின்றன.
- நாம் சூரிய ஒளியில் பலவித வண்ணங்களை காண்பதற்குக் காரணம் ஒவ்வொரு நிறமும் ஒவ்வொரு அலை நீளத்தைக் கொண்டிருக்கிறது.
- தாவரங்கள் பச்சையாக இருப்பதற்கு காரணம் அவை பச்சை நிறத்தைப் பிரதிபலிக்கின்றன.
- சூரிய ஒளி பூமியை வந்தடைய 8.3 நிமிடங்கள் ஆகின்றன.

16

ஒளி ஆண்டு

ஒளி ஆண்டு என்பது நமக்கு தூரத்தில் இருக்கும் நட்சத்திரங்களை அளக்க உதவும் ஓர் அலகு. இந்த அளவை எளிமையாகப் புரிந்து கொள்ள ஒளி ஒரு வருடத்தில் எவ்வளவு தூரம் பயணம் செய்கிறது என்பதை தெரிந்துகொள்ள வேண்டும். ஒவ்வொரு நொடியும் ஒளியானது 2,99,000 கி.மீ (1,86,000 மைல்கள்) பயணம் செய்கிறது. அப்படியென்றால் 60 நொடிகள் கொண்டது 1 நிமிடம். 60 நிமிடங்கள் கொண்டது 1 மணி; 24 மணிகள் கொண்டது 1 நாள்; 365 1/4 நாட்கள் கொண்டது 1 ஆண்டு. அதாவது இவைகளைப் பெருக்கிப் பார்த்தால் ஒரு ஆண்டுக்கு 3,15,57,000 நொடிகள் வருகின்றன. ஒளி ஒரு நொடியில் செல்லும் தூரத்தை ஓர் ஆண்டின் நொடிகளோடு பெருக்கினால் வரும் தூரம் தான் ஒளி ஓர் ஆண்டில் செல்லும் தூரம் கிடைக்கும். அதாவது ஒளி ஓர் ஆண்டில் செல்லும் தூரம் 9.46 டிரில்லியன் கி. மீட்டர்கள் (5.88 டில்லியன் மைல்கள்) இந்த தூரம்தான் ஓர் ஒளி ஆண்டு என்று பெயர்.

நமக்கு அருகில் உள்ள ஆல்ஃபா சென்டாரி என்ற நட்சத்திரம் 4.4 ஒளி ஆண்டுகள் தொலைவில் இருக்கிறது. அப்படியென்றால் ஆல்ஃபா சென்டாரியிலிருந்து ஒளி நம்மை வந்து சேருவதற்கு 4.4 ஆண்டுகள் ஆகின்றன. அதாவது ஆல்ஃபா சென்டாரி நட்சத்திரத்தை ஒரு கோள் சுற்றி வருவதாக வைத்துக்கொள்வோம். இந்தக் கோளில் மனிதர்கள் வசிக்கிறார்கள் என்று வைத்துக்கொள்வோம். நாம் பூமியிலிருந்து அவரோடு பேச 'ஹலோ' என்று அழைத்தால் அவருக்கு இந்த ஹலோ என்ற வார்த்தை கேட்க 4.4 ஆண்டுகள் ஆகும். அவர் பதிலுக்கு ஹலோ சொன்னால் அது நமது பூமியை அடைய அதே அளவு நேரம் பிடிக்கும். ஆக ஹலோ சென்று திரும்ப கிட்டத்தட்ட 9 ஆண்டுகள் ஆகும். இதிலிருந்து ஆல்ஃபா சென்டாரி நட்சத்திரத் தூரத்தை ஓரளவு ஊகிக்க முடியும்.

ஒளியானது ஒரு நொடியின் அறுபதில் ஒரு பங்கு 1/60 நேரத்தில் மதுரையிலிருந்து புது டெல்லி சென்று திரும்பவும் மதுரைக்கு

வந்து சேர்ந்து விடும். ஒரு நொடியில் 8ல் ஒரு பங்கு நேரத்தில் இந்த உலகத்தைச் சுற்றி வந்துவிட முடியும். நமது பூமி சூரியனைச் சுற்றும் வட்டப்பாதையை 16 நிமிடத்தில் கடந்துவிடும். ஒளியானது சூரியனிலிருந்து 8.3 நிமிடங்களில் பூமியை வந்தடைந்து விடுகிறது. இவ்வளவு வேகத்தில் ஒளி சென்றாலும் நமக்கு அருகில் உள்ள நட்சத்திரத்தை அடைய 4.4 ஆண்டுகள் ஆகிறது.

ஆல்ஃபா சென்டாரி நட்சத்திரத்திற்கு அடுத்தபடியாக இருக்கும் சிரியஸ் (Sirius) நட்சத்திரத்திலிருந்து ஒளி 8.6 ஆண்டுகளிலும்; அன்னப்பறவை (61cygm) நட்சத்திரத்திலிருந்து 27 ஆண்டுகளிலும் ஒளி வந்து சேருகிறது. நட்சத்திரங்களின் தூரங்களை அளப்பதற்கு ஒளி ஆண்டு ஒரு முக்கிய அளவையாக இருந்தாலும் தற்பொழுது வானவியலாளர்கள் இந்த அளவையை உபயோகப்படுத்துவதற்குப் பதிலாக நட்சத்திரம் மற்றும் அண்டங்களின் தூரங்களை அளப்பதற்கு

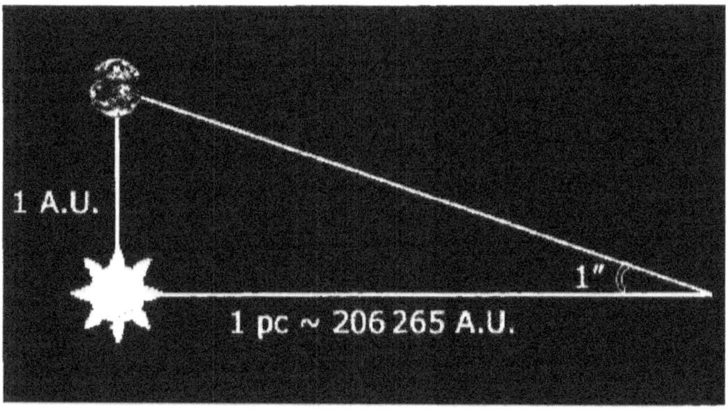

'பார்செக்' (Parsec) என்ற அளவை முறையைப் பயன்படுத்தியிருக்கிறார்கள்.

பார்செக் என்பது வானவியல் தூரத்தை அளக்கும் அலகு. ஒரு பார்செக் என்பது 3.26 ஒளி ஆண்டுகள் அல்லது 31 டிரில்லியன் (3.1x103) கிலோமீட்டர்கள் ஆகும். இந்த பார்செக் என்பது (Parallax Second) என்பதிலிருந்து வந்தது.

17

துருவ வெளிச்சம்

துருவப் பகுதிகளில் சில சமயம் ஒரு வண்ணம் கலந்த வெளிச்சம் இரவு வானில் பிரகாசமாக தோன்றுவதைக் காணலாம். இந்த துருவ வெளிச்சம் பற்றிய நூற்றுக்கணக்கான கதைகள் பல காலமாக சொல்லப்பட்டு வருகின்றன. இதை அதிர்ஷ்ட வசமாக பார்ப்பதற்கு சந்தர்ப்பம் கிடைத்தால் அது நமக்கு பெரிய அனுபவத்தை கொடுக்கும். ஒரு ஆஸ்ட்ரியக் கண்டுபிடிப்பாளர் இந்த துருவ வெளிச்சத்தை விவரிக்கும் போது எந்த ஒரு பென்சிலாலும் இதை வரைய முடியாது. எந்த ஒரு வண்ணத்தினாலும் இதைத் தீட்டமுடியாது. இதை விவரிக்க வார்த்தைகளே இல்லை. அப்படியொரு பிரமாண்டமான ஒரு வண்ண வெளிச்சம் என்று கூறுகிறார்.

வடதுருவப் பகுதிகளில் வாழும் மக்களின் கலாச்சாரத்தில் இந்த வெளிச்சம் பற்றிய கதைகள் பல நூற்றாண்டுகளாக சொல்லப்பட்டு வருகின்றன. ஒரு காலத்தில் இந்த வெளிச்சம் இறந்த வேலையாட்களின் பிரதிபலிப்பு என்றும் இதை ஒருசிலர் பழிவாங்கும் சக்தி என்றும் கருதினார்கள். பழங்காலத்தில் இந்த வெளிச்சம் பற்றி மிகவும் பயம் கொண்டிருந்தார்கள். இந்த வெளிச்சம் தோன்றும்

சமயத்தில் தங்கள் குழந்தைகளை வெளியில் விளையாட அனுப்ப மாட்டார்கள். காரணம் அந்த சக்தி குழந்தைகளைக் கொன்றுவிடும் என்று நம்பினார்கள். இன்னும் ஒரு சிலர் இந்த வெளிச்சத்தால் தலைமுடி கருகிவிடும் என்று தொப்பி அணிந்து கொண்டார்கள். வடதுருவ மக்கள் சிலர் கடவுள் கோபம் கொண்டால் இம்மாதிரி நிகழும் என்றும் இன்னும் சிலர் இது சண்டை வருவதற்கும் பிளேக் நோய் வருவதற்கும் அறிகுறி என்றும் நம்பினார்கள்.

ஒவ்வொரு வருடமும் பிப்ரவரி மாதத்தில் ஒருவார காலத்திற்கு துருவ வெளிச்ச திருவிழா நார்வே நாட்டில் கொண்டாடப்படுகிறது. இந்த சமயத்தில் அறிவியல் சொற்பொழிவுகளும், இசை நிகழ்ச்சிகளும் கலைப் பொருட்கள் கண் காட்சிகளும் நடைபெறுகின்றன.

துருவ வெளிச்சம் பற்றி பழங்காலக் கதைகள் பலநூறு சொல்லப்பட்டாலும் அறிவியல் ரீதியாக இந்த வெளிச்சம் பற்றி தெரிந்து கொள்வது அவசியம். இந்த வெளிச்சத்தை அறிவியலாளர்கள் 'அரோரா பொரியாலிஸ்' என்று கூறுகிறார்கள். அப்படியென்றால் லத்தீன் மொழியில் 'வடக்கு விடியல்' என்று பெயர். இதே போன்ற வெளிச்சம் தென் துருவத்திலும் ஏற்படுவதுண்டு. இதற்கு அரோரா அஸ்ட்ராலிஸ் அல்லது 'தெற்கு வெளிச்சம்' என்று பெயர்.

இந்த வெளிச்சத்தைப் பற்றி இத்தாலிய விஞ்ஞானி கலீலியோ கலிலி குறிப்பிடும் போது 'வடக்கின் சிவப்பு விடியல்'

என்று குறிப்பிடுகிறார். இந்த வெளிச்சம் வடதுருவத்தில் இருந்து தெற்கே செல்லச் செல்ல தீவிரமடைகிறது என்று குறிப்பிட்டிருக்கிறார்.

ஒரு காலத்தில் பூமி தட்டையானது. அது கடலால் சூழப்பட்டிருக்கிறது என்று நம்பி வந்த காலத்தில் கடலைச் சுற்றி தீ பரவியிருக்கிறது. அதனுடைய வெளிச்சம்தான் துருவ வெளிச்சம் என்று கூறினார்கள். இன்னும் சிலர் சூரியன் அடிவானத்தில் இருக்கும் போது ஏற்படுகின்ற வெளிச்சம் என்று கூறினார்கள். மற்றும் சிலர் கிரீன்லாந்து நாட்டில் ஏற்படும் தீ என்று விளக்கம் அளித்தார்கள்.

நவீன காலத்தில் சுவீடன் விஞ்ஞானி சுனோ அர்னிலியன்ஸ் என்பவர் 1708ஆம் ஆண்டு இந்த வெளிச்சம், சூரிய ஒளி பனித்துகள்கள் மேல் பட்டு வளி மண்டலத்தில் பிரதிபலிப்பதால் தான் ஏற்படுகிறது என்று விளக்கம் அளித்தார். ரெனிடெஸ்கார்ட்ஸ் என்பவரும் இதே கருத்தை வெளியிட்டார்.

1916 ஆம் ஆண்டு மிக சக்திவாய்ந்த அரோரா வெளிச்சம் ஐரோப்பாவின் பல பகுதிகளில் காணப்பட்டது. அதற்குப் பிறகு நவீன விஞ்ஞானம் பிறந்தது. சர் எட்மன்ட் ஹாலி என்பவர் தனது 160வது வயதில் இந்த அற்புத நிகழ்வைக் கண்டார். அவர் இந்த வெளிச்சம் சூரிய கதிர்கள் பூமியின் காந்தப் புலத்தினால் பாதிக்கப்படுவதால் ஏற்படுகிறது என்று விளக்கம் அளித்தார். அதற்குப் பிறகு நிறைய விஞ்ஞானிகள் இந்த துருவ வெளிச்சத்தைப் பற்றிய ஆய்வைச் செய்தார்கள்.

இறுதியாக ஒரு முக்கியமான திருப்பு முனை நார்வே நாட்டு கிருஷ்டியன் பிர்க்லேன்ட் என்ற விஞ்ஞானியால் ஏற்பட்டது. இவர் சூரியனிலிருந்து வரும் மின்னேற்றமுள்ள துகள்கள் இந்த வெளிச்சத்திற்குக் காரணம் என்று தெரிவித்தார். இந்தக் கொள்கை தான் இன்றும் சரியானதாக இருக்கிறது.

இந்த வெளிச்சத்தைப் பற்றி நாம் சுருக்கமாக புரிந்துகொள்வது அவசியம். சூரியனிலிருந்து வரும் எலக்ட்ரான் மற்றும் புரோட்டான் கற்றைகள் பூமியின் மீது வேகமாக மோதுகின்றன. இவ்வாறு வரும் இந்தத் துகள்கள் பூமியின் காந்தப் புலத்தில் எலக்ட்ரான் ஒரு திசையிலும், புரோட்டான் ஒரு திசையிலும் வளி மண்டலத்தில் நுழைகிறது. வளி மண்டலத்தில் உள்ள காற்றில் நைட்ரஜன் மற்றும் ஆக்ஸிஜன் அணுக்கள் இருக்கின்றன. இவை ஆக்ஸிஜன்

அணுவோடு மோதும் போது அரோரா ஏற்படுகிறது. இது பூமிக்கு மேல் 60 மைலிலிருந்து 600 மைல்கள் வரைக்கும் நடக்கிறது.

இவ்வாறு மின்னேற்றம் பெற்ற துகள்கள் மோதும் போது அவைகளுக்கு சக்தி கிடைக்கிறது. இறுதியில் அவை சக்தியையும், போட்டான்களையும் உமிழ்ந்து அடங்குகின்றன. இந்த சமயம் ஆக்ஸிஜன் அணுக்கள் பச்சை நிறத்தையும், சில நேரங்களில் சிவப்பு நிறத்தையும், நைட்ரஜன் அணுக்கள் ஆரஞ்சு அல்லது சிவப்பு நிறத்தையும் உமிழ்கின்றன. இந்த விளைவுதான் அரோரா பொரியாலிஸ் என்றும் வடக்கு வெளிச்சம் அல்லது துருவ வெளிச்சம் என்று கூறப்படுகிறது.

வரலாற்றில் துருவ வெளிச்சம்

- அரோரா (துருவ வெளிச்சம்) என்ற வார்த்தை லத்தீன் மொழியைச் சேர்ந்தது. இதற்கு சூரிய உதயம் என்று பெயர்.
- துருவப் பகுதிகளில் தெரியும் இந்த இயற்கையான வெளிச்சம் பச்சை நிறத்தில் தெரியும். சில நேரங்களில் சிவப்பு அல்லது நீல நிறத்தில் தெரியும்.
- இந்த வெளிச்சம் சூரியனிலிருந்து வீசும் சூரியக் காற்றோடு தொடர்புடையது. சூரியனிலிருந்து வெளியேறும் மின்னேற்றம் பெற்ற பிளாஸ்மா துகள்கள் பூமியின் காந்தப் புலனால் ஈர்க்கப்படும் போது துருவ வெளிச்சம் உருவாகிறது.
- இந்தத் துகள்கள் பூமியின் வளிமண்டலத்திலுள்ள நைட்ரஜன் மற்றும் ஆக்ஸிஜனோடு மோதும் போது அது சக்தியை கண்கவரும் வெளிச்சமாக வெளியிடுகின்றது.
- இந்த வெளிச்சம் விளக்கொளியில் ஆடும் திரைச் சீலை போன்று அடிக்கடி வெளிச்சத்தின் வடிவம் மாறிக் கொண்டேயிருக்கும்.
- விண்வெளி வீரர்கள் சர்வதேசிய விண்வெளி நிலையத்திலிருந்து இந்த வெளிச்சத்தைப் பார்த்திருக்கிறார்கள்.
- துருவ வெளிச்சத்தின் நிறம் எந்த வாயு எவ்வளவு உயரத்தில் அயன மண்டலத்தில் இருக்கிறது என்பதைப் பொறுத்து மாறும். நீலமும் பச்சையும் குறைவான உயரத்திலும், சிவப்பு நிறம் அதிக உயரத்திலும் தெரியும்.

- சூரியப் புள்ளிகள் சூரியனில் அதிகம் தோன்றும் போது இந்த துருவ வெளிச்சம் பார்ப்பதற்கு அற்புதமாகத் தெரியும். இப்படிப்பட்ட கிடைப்பதற்கரிய காட்சி 11 ஆண்டுகளுக்கு ஒரு முறை நடக்கிறது.
- பல ஆயிரக்கணக்கான வருடங்களாக இந்த துருவ வெளிச்சம் மக்களுக்கு அதிசயமாக இருந்து வந்திருக்கிறது. இந்த வெளிச்சம் பற்றி ஓவியங்கள் 30,000 வருடங்களுக்கு முற்பட்ட பிரான்சு - நாட்டில் உள்ள குகைகளில் காணப்படுகின்றன.
- இந்த துருவ வெளிச்சம் நமக்குத் தலைக்கு மேலே தெரிவது போலத் தோன்றினாலும் அது பூமிக்கு மேலே 60 மைல் உயரத்தில் ஏற்படுகிறது. இதில் சிவப்பு நிற வெளிச்சம் பூமிக்கு மேலே 400 மைல் உயரத்தில் ஏற்படுகிறது.
- துருவ வெளிச்சத்தில் பொதுவாக பச்சை நிறம் காணப்படும். அதற்கு இது அடுத்தபடியாக கத்திரிப்பூ, அதற்கு அடுத்து பச்சையும் சிவப்பும் கலந்த கலவை அதைத் தொடர்ந்து சுத்தமான சிவப்பு மஞ்சள் கடைசியாக சுத்தமான நீலம் ஆகிய வண்ணங்கள் தெரிகின்றன.

18

எவ்வளவு பெரியது இந்த பேரண்டம்

சாதாரணமாக நமது மக்கள் அவ்வப்போது பிரபஞ்சம் என்ற வார்த்தையை உபயோகப்படுத்தி வருவதை நாம் பார்த்திருக்கிறோம். இந்த வார்த்தைக்குப் பொருள் என்ன? பிரபஞ்சம் என்றால் நாம் வாழும் உலகமா? அல்லது பூமியா? இல்லை நாம் வாழும் பூமி, சந்திரன், கோள்கள், சூரியன் மற்றும் ஆகாயத்தில் தெரியும் கோடானு கோடி விண்மீன் கூட்டங்களும் சேர்ந்ததா?

எது பிரபஞ்சம்?

சற்று யோசிக்கக்கூடிய சொல்லாக இருக்கிறது அல்லவா? உண்மையில் யோசிக்கக்கூடிய ஒன்றுதான். இது நாம் நினைக்கக்கூடியதற்கு அப்பாற்பட்ட கருத்தாகவே இருக்கிறது. இதை விளக்குவதற்கு நாம் நமது பூமியில் இருந்து தொடங்கினால் அது சரியாக இருக்கும் என்று நினைக்கிறேன்.

பூமிதான் பிரபஞ்சத்தின் மையம். இந்த பூமியைச் சுற்றிதான் சந்திரன், சூரியன் மற்ற கோள்களும், நட்சத்திரங்களும் சுற்றி வருகின்றன என்பது பல நூற்றாண்டுகளாக மக்கள் நம்பிவந்தனர்.

முதன் முதலில் போலந்து நாட்டு வானவியல் விஞ்ஞானி நிக்கோலஸ் கோபர்நிக்கஸ்தான் பூமியைச் சுற்றி சந்திரனும், சூரியனும் மற்ற கோள்களும் வரவில்லை. மாறாக அவை சூரியனை மையமாக வைத்தே சுற்றி வருகின்றன என்ற கருத்தை வெளியிட்டார். அதற்குப் பிறகு கெப்ளர், கலீலியோ, நியூட்டன் போன்ற விஞ்ஞானிகள் கோபர்நிக்கஸ் கருத்தை

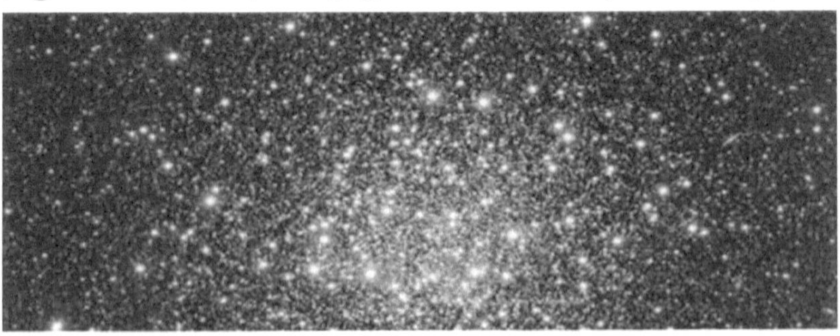

வலியுறுத்தினார்கள். அதிலிருந்து வானவியல் அறிவு விசாலப்பட்டு இன்று பல உண்மைகளைக் கண்டறிந்து உலகுக்கு அறிவிக்கப்பட்டு வருகிறது. இதன் விளைவாக நாம் என்ன தெரிந்துகொண்டோம் என்பதை கீழே காண்போம்.

அதாவது சூரியனை மையமாக வைத்தே எல்லா கிரகங்களும், குட்டி கிரகங்களும், பாறைகளும், வால் நட்சத்திரங்களும் சுற்றி வருகின்றன என்பது புலப்படுகிறது. விளக்கு ஒளி அதிகமில்லாத ஒரு கிராமப்புறப் பகுதிக்குச் சென்று அங்கு இரவு வானை நோக்கினால் நமது சாதாரண கண்களுக்கு சுமார் 6,000 நட்சத்திரங்கள் வரை பார்க்க முடியும். ஒரு தொலை நோக்கியின் உதவி கொண்டு பார்த்தால் பல கோடி நட்சத்திரங்களை நம்மால் காணமுடியும். இப்படிக் காணப்படும் பல கோடி நட்சத்திரங்களில் நமது சூரியனும் ஒரு நட்சத்திரம். சூரியனைச் சுற்றும் கோள்கள் போல் ஒவ்வொரு நட்சத்திரத்தையும் பல கோள்கள் சுற்றி வரலாம் என்று விஞ்ஞானிகள் கருதுகின்றார்கள். இத்தனை நட்சத்திரங் களையும் சுமார் 100 பில்லியன் கோள்கள் சுற்றி வரலாம் என்று கணக்கிடுகிறார்கள்.

அப்படியென்றால் எத்தனை நட்சத்திரங்கள் நமது பால்வெளியில் இருக்கும்? சுமார் 400 லிருந்து 500 கோடி நட்சத்திரங்கள் இருக்கும் என்று விஞ்ஞானிகள் கருதுகிறார்கள். இவ்வளவு கோடானு கோடி நட்சத்திரங்களும் அவைகளைச் சுற்றும் கோள்களும் சேர்ந்தது தான் நமது பால்வெளி மண்டலம்.

இந்த நட்சத்திரங்களை ஒருவர் ஒரு வினாடிக்கு ஒன்று எண்ண முற்பட்டால் அவர் தூங்காமல், ஓய்வெடுக்காமல் எண்ணினால்கூட நமது பால்வெளி மண்டலத்தில் இருக்கக்கூடிய நட்சத்திரங்களை எண்ணி முடிக்க 2,000 வருடங்கள் ஆகும் என்று சிலர் கணக்குகள் போடுகிறார்கள். இவ்வளவு நட்சத்திரங்கள் அடங்கிய தொகுதியைத் தான் நமது பால்வெளி மண்டலம் என்று கூறுகிறோம்.

இது மட்டுமா? இல்லை, நமது பால்வெளி மண்டலம் போன்ற பல கோடிக்கணக்கான பால்வெளி மண்டலங்கள் இந்த பேரண்டத்தில் நிலை பெற்றிருக்கின்றன. இவைகளில் எத்தனை கோடி நட்சத்திரங்களும், கோள்களும் இருக்கும் என்று நம்மால் கற்பனை செய்துகூட பார்க்க முடியாது.

இருந்தாலும் நவீன தொழில்நுட்பம் கொண்ட தொலை நோக்கிகள் கண்டுபிடிக்கப்பட்டவுடன் இந்த எண்ணிக்கை நாளுக்கு நாள் அதிகரித்துக் கொண்டே செல்கின்றது. உதாரணமாக ஹப்பிள்

தொலைநோக்கி விண்வெளியில் அமைக்கப்பட்ட பிறகு ஏராளமான புதுத் தகவல்கள் நமக்குக் கிடைத்திருக்கின்றன. இதன் கணக்குப்படி இந்த பேரண்டத்தில் நூற்றுக்கணக்கான பில்லியன் காலக்ஸிகள் இருக்கின்றன என்று தெரிவிக்கிறது. சமீபத்திய ஜெர்மானிய சூப்பர் கம்ப்யூட்டர் கணக்குப்படி இந்த பேரண்டத்தில் 500 பில்லியன் காலக்ஸிகள் இருக்கலாம் என்று கணிக்கப்பட்டிருக்கிறது.

இப்படி கணிக்கப்பட்ட கணக்குகள் அடிக்கடி மாறிக்கொண்டே இருக்கின்றன. காரணம், தொழில்நுட்பம் வளர வளர மிகத் தொலைவில் தொலை நோக்கிக்குப் புலப்படாத சில காலக்ஸிகள் தற்பொழுது தெரிய வருகின்றன. இதனால் இந்தக் கணக்கு மேலும் அதிகரித்துக் கொண்டிருக்கிறது.

இது எப்படி சாத்தியமானது என்றால் தற்பொழுது ரேடியோ தொலைநோக்கி, அகச்சிவப்பு காமிரா மற்றும் எக்ஸ்ரே காமிராக்கள் மூலம் இவைகள் கண்டுபிடிக்கப்பட்டிருக்கின்றன. மேற்சொன்ன கணக்குகளை வைத்துப் பார்க்கும் போது நமது பிரபஞ்சம் எவ்வளவு பெரியது என்று கற்பனை செய்து

பார்க்க முடியுமா? நிச்சயமாக முடியாது. காரணம் பேரண்டத்தின் எல்லையை இன்னும் நம்மால் அறிய முடியவில்லை.

இருந்தாலும் நமது கண்களுக்குப் புலப்படும் பிரபஞ்சத்தைக் கடக்க 93 பில்லியன் ஒளி ஆண்டுகள் ஆகும் என்று கணக்கிடுகிறார்கள். ஒரு ஒளி ஆண்டு என்பது ஒளி ஒரு வருடத்தில் செல்லக்கூடிய தூரம். அதாவது 9 டிரில்லியன் கிலோ மீட்டர்கள் என்பதை ஏற்கெனவே பார்த்தோம்.

ஆகையால் நமது பேரண்டம் என்பது இவ்வளவுதான் பெரியது என்று குறிப்பிட்டுச் சொல்லமுடியாது. இந்தப் பேரண்டம் 15 பில்லியன் வருடங்களுக்கு முன்னால் ஒரு பெருவெடிப்பின் மூலம் உருவானது என்று கருதுகிறார்கள். அப்படியென்றால் இந்த பேரண்டம் உருவான காலத்திலிருந்ததை விட பல பில்லியன்

மடங்கு பெரிதாகிக் கொண்டிருக்கிறது. அண்டங்கள் எல்லாம் விலகிச் சென்று கொண்டிருக்கின்றன. இப்படி வியாபித்துக் கொண்டிருக்கிற அனைத்தையும் உள்ளடக்கியதுதான் நமது பேரண்டம் அல்லது பிரபஞ்சம் என்று சொல்லலாம்.

பேரண்டம் பற்றிய குறிப்புகள்

- இந்த பேரண்டம் தோன்றி 15 பில்லியன் வருடங்கள் ஆகின்றன. இந்தக் கணக்கில் கொஞ்சம் வித்தியாசம் இருக்கலாம்.
- பெரும்பாலான அண்டங்களின் நடுவில் ஒரு பெரிய கருந்துளை இருக்கலாம் என்று கருதப்படுகிறது.
- நமது பால் வெளி மண்டலம் ஒரு வினாடிக்கு 225 கி.மீ வேகத்தில் சுழன்று கொண்டிருக்கிறது.
- நியூட்ரான் நட்சத்திரம் என்பது மிகவும் சிறியது. அதனுடைய குறுக்களவு சுமார் 16 லிருந்து 20 கி.மீட்டர்கள். இந்த நியூட்ரான் நட்சத்திரம் மிக மிக அடர்த்தி அதிகமானது. இதிலிருந்து ஒரு கட்டை விரல் நிறைய வெட்டி எடுத்தால் அதனுடைய எடை 100 மில்லியன் டன் எடையிருக்குமாம். இது ஒரு பெரிய மலையின் எடைக்கு மேலும் இருக்கும்.
- இந்த பிரபஞ்சத்தில் தினமும் 275 மில்லியன் புதிய நட்சத்திரங்கள் - உருவாகிக் கொண்டிருக்கின்றன.
- நமது சூரியக் குடும்பத்திலுள்ள கோள்களைச் சுற்றிவரும் துணைக் கோள்கள் மொத்தம் 173. (பூமி1, செவ்வாய் 2, வியாழன் 67, சனி 62, யுரேனஸ் 27, நெப்டியூன் 14) இதில் குள்ளக் கோள்களைச் சுற்றிவரும் துணைக் கோள்கள் அடங்காது.
- நமக்குப் புலப்படும் பேரண்டத்தில் 170 பில்லியன் அண்டங்கள் இருக்கின்றன. அதில் சில குள்ளமான அல்லது சிறிய சுமார் 100 மில்லியன் நட்சத்திரங்களைக் கொண்டவைகளும் உண்டு. மற்றவைகள் எல்லாம் பெரியது. அவைகளில் 100 டிரில்லியன் நட்சத்திரங்கள் இருக்கலாம் என்று கணக்கிடப்படுகிறது.
- நீள் வட்ட வடிவத்தில் அமைந்திருக்கும் அண்டங்கள் எல்லாம் பழமையானதும் பெரியதும் கூட அவைகளில் குறைவான வாயுக்களும், தூசிப் பொருட்களும் உள்ளன. இதனால் இவைகள் குறைவாகவே புதிய நட்சத்திரங்களை உருவாக்குகின்றன.
- நமது பால் வெளி மண்டலத்தில் 400 பில்லியன் நட்சத்திரங்கள் இருக்கலாம் என்று கணக்கிடப்பட்டிருக்கிறது.

19

தொலை தூரக் கோள்கள்

நமது சூரியக் குடும்பத்தில் வெளிக்கோள்களாக வியாழன், சனி, யுரேனஸ், நெப்டியூன் ஆகிய நான்கு கோள்களும் இருக்கின்றன. இந்த நான்கும் பூமியிலிருந்தும் மற்ற உட்கோள்களாகிய செவ்வாய், புதன், வெள்ளி ஆகிய கோள்களிலிருந்தும் மிகவும் வித்தியாசப்பட்டு இருக்கின்றன. இந்தக் கோள்களின் அடர்த்தி பூமியை ஒப்பிடும் போது அடர்த்தி குறைவானதாகக் காணப்படுகின்றன. இவை நான்கும் மிகப்பெரிய கோள்களாக இருப்பதோடு அவற்றின் வாயு மண்டலம் அதிக ஆழமானதாகவும் எப்பொழுதும் மேகங்கள் சூழ்ந்ததாகவும் காணப்படுகிறது. அதனால் இந்தக் கோள்களின் தரைப் பகுதியைப் பார்க்க முடியவில்லை. (திடமான தரைப்பகுதி என்பது இவைகளுக்குக் கிடையாது என்றே சொல்லலாம்)

இந்த நான்கு கோள்களில் சூரியனுக்கு அருகில் உள்ள கோள் வியாழனாகும். இங்கு வளி மண்டலத்தில் சக்திமிக்க புயல்களும் சூறாவளிகளும் சுற்றிக் கொண்டிருக்கின்றன. நிரந்தரமாக பூமியை விட பெரிய சூறாவளி சுற்றிக் கொண்டிருக்கிறது. இதை தொலை நோக்கியால் பார்ப்பதற்கு சிவப்பு நிறத்தில் ஒரு சுழல் போன்று தெரிகிறது. இதை முதன் முதலில் பிரித்தானிய விஞ்ஞானி ராபர்ட் ஹூக் (Robart Hook - 1635-1703) என்பவர் 1664இல் கண்டுபிடித்தார்.

சனி மற்றும் யுரேனஸ் கோள்கள் வியாழனோடு ஒப்பிடும் போது சிறியதும் வளிமண்டல சுழற்சிகளும் குறைவானவைகள். நெப்டியூன் கோள் அதிக தொலைவில் உள்ள கோள். இந்தக்

கோளைப் பற்றி 1989ஆம் ஆண்டு வாயேஜர் 2 விண்கலம் பல விவரங்களை தெரிவித்தது. இந்தக் கோளிலும் வியாழன் கோள்

போல் வளிமண்டல சுழற்சிகளும், சக்தி மிக்க புயல்களும் காணப்படுகின்றன. இங்கேயும் வியாழன் கோளில் உள்ள சிவப்பு நிற சுழற்சி போல் கருப்பு நிறத்தில் காணப்படுகின்றது. இது எதனால் ஏற்படுகின்றது என்பது விஞ்ஞானிகளுக்குப் புரியாத புதிராக உள்ளது.

இந்த பிரமாண்ட வெளிக் கோள்களுக்கு நிறைய துணைக் கோள்கள் இருக்கின்றன. இவற்றில் பெரும்பாலானவை சிறியவை. வியாழன் கோளுக்கு நான்கு பெரிய துணைக் கோள்கள் இருக்கின்றன. இவை ஏறக்குறைய நமது நிலாக் கோளுக்கு ஒப்பானவை. இவற்றை கலீலியோ 1610 ஆம் ஆண்டு கண்டுபிடித்தார். தற்பொழுது வியாழன் கோளுக்கு 67 துணைக்கோள்கள் இருக்கின்றன என்று கண்டறியப்பட்டிருக்கிறது. சனிக்கிரகத்திற்கு ‘டைட்டன்’ என்ற ஒரு பெரிய துணைக் கோள் இருக்கிறது. இதை 1655 ஆம் ஆண்டு ஹைஜீன்ஸ் (Huygens) என்பவர் கண்டுபிடித்தார். அதே போல் ட்ரைட்டான் (Triton) என்ற பெரிய துணைக்கோள் நெப்டியூன் கோளுக்கு இருப்பதை 1846 ஆம் ஆண்டு பிரித்தானிய வானவியலாளர் வில்லியம் லாசெல் (Williom Lassel- 1799-1880) கண்டுபிடித்தார்.

நாம் மேற்குறிப்பிட்ட நான்கு வெளிப்புறக் கோள்களும் சற்றேறக் குறைய பூமியைப் போன்று சாய்ந்து சுழன்று கொண்டு சூரியனையும் சுற்றிவருகின்றன. ஆனால் யுரேனஸ் மட்டும் 98 டிகிரி சாய்ந்து சுழல்கின்றது. (ஒரு பீப்பாய் அல்லது ஒரு உருளை உருள்வது போல்) இதனால் அதனுடைய துருவப்பகுதிகள் சூரியனை நோக்கி இருக்கும். உதாரணமாக வடதுருவத்திற்கு சூரிய ஒளி கிடைக்கிறது என்றால் அப்பொழுது தென்துருவத்திற்கு சூரிய ஒளி கிடைக்காது. ஆனால் அடுத்த 42 ஆண்டுகளுக்குப் பிறகு தென் துருவ பகுதிக்கு சூரிய ஒளி கிடைக்கும்.

சூரிய குடும்பத்தில் மிகப்பெரிய கோள்களில் ஒன்றான சனி உண்மையில் ஓர் அற்புதமான கோள். அந்தக் காலத்தில் தெரிந்த தொலைதூரக் கோள் சனிதான். இதை கலீலியோ தனது சிறிய தொலைநோக்கி மூலம் பார்க்கும் போது அந்தக் கோள் பக்கவாட்டில் உப்பிப் புடைத்திருப்பது போல் தோன்றியது. ஆகையால் இந்தக் கோள் மூன்று கோள்களின் தொகுப்பாக இருக்குமோ என்று சந்தேகப்பட்டார். ஆனால் இவர் அப்படியிருப்பதற்கு வாய்ப்பில்லை என்று 1612இல் இந்தக் கோளைப் பார்ப்பதை நிறுத்தி விட்டார். 1614இல் ஜெர்மன் வானவியலாளர் கிறிஸ்டோபர் ஸ்கீனர் (Chrishoper -1575-1650) தொலை நோக்கி வழியாக சனி

கிரகத்தைப் பார்த்தார். அப்பொழுது அவருக்கு சனி கிரகத்தின் இரு பக்கத்திலும் பிறை மாதிரி ஒரு டீ கோப்பையில் இருக்கும் கைப்பிடி போன்று இருக்கிறது என்று குறிப்பிட்டார். இந்த புதிர் 1655 ஆம் ஆண்டு வரைக்கும் அவிழ்க்கப்படாமல் இருந்தது. அதற்குப் பிறகு ஹைஜீன் என்பவர் (ஊசல் மானியைக் கண்டுபிடித்தவர்) சனிக் கோளை கவனித்து அதைச்சுற்றி தட்டையான ஒரு வளையம் சனியைத் தொடாமல் சனியின் நில நடுக்கோட்டின் வழியாக சுற்றி வருகிறது. 1675 ஆம் ஆண்டு கேசினி என்பவர் இந்த சனிக்கோளை உற்று நோக்கி இந்த வளையத்திற்கு நடுவே ஒரு கறுப்பு நிறப்பட்டை வளையத்தை இரண்டாகப் பிரிக்கிறது எனக் கண்டார். இவர் கண்டுபிடித்ததால் அந்தப் பிரிவு ‘காசினி பிரிவு’ என்று அழைக்கப்படுகிறது.

இந்த வளையங்கள் பார்ப்பதற்கு சனிக்கோளைவிட ஒளியுடன் காணப்படுகின்றன. அதே சமயம் இந்த வளையங்கள் மிகவும் அகலமாகவும் உயரம் குறைந்தும் காணப்படுகின்றன. சனிக்கோளின் இந்த அழகான வளையங்களை தொலை

நோக்கியில் பார்ப்பதற்கு பலர் ஆர்வத்துடன் இருக்கிறார்கள். இந்த வளையத்தின் வெளிமுனையிலிருந்து உள் முனை வரைக்கும் உள்ள தூரம் 2,72,000 கி.மீட்டர்கள் அதாவது இது ஒரு இசைத் தட்டு (கிராமஃபோன் மாதிரி) போன்று இருக்கிறது.

இந்த வளையங்கள் எதனால் ஆனவை? இவை திடப்பொருட்களால் ஆனவையாக இருக்குமா? இந்த கேள்விகளுக்கு 1859 ஆம் ஆண்டு பிரித்தானிய கணிதவியலாளர் ஜேம்ஸ் கிளார்க் மேக்ஸ்வெல் (James Clerk Maxwell 1831-1879) இந்த வளையப் பட்டைகள் திடப் பொருட்களால் ஆனவையாக இருந்தால் அவை சனிக் கோளின் ஈர்ப்பின் விளைவாக வெளிப்புறமாகவும் உட்புறமாகவும் நீண்டிருக்கலாம். அதனால் அவை உடைபட்டு போயிருக்கலாம். இறுதியாக அவர் இந்த வளையங்கள் தனித்தனியான திடப்பொருட் களாலானவை. அவை பார்ப்பதற்கு திடமான ஒரு நிலப்பரப்பு போல் தெரிகின்றன. அவற்றை கிட்டே நெருங்கிப் பார்த்தால் மணல் பரப்பில் ஒவ்வொரு மணலும் தனித் தனியாக இருப்பது போல் அவையும் தனித் தனியாக இருப்பது தெரியும்.

யுரேனசின் வளையங்கள்

யுரேனஸ் கிரகம் கண்டுபிடிக்கப்பட்ட 200 ஆண்டுகளுக்குப் பிறகும் இந்தக் கோள் பற்றிய இரகசியங்கள் உலகுக்குத் தெரியாமல் இருந்தன. இதற்குக் காரணம் இதனுடைய தொலைவு. தொலை நோக்கிகளால் கூட விவரங்களைக் கண்டறிய முடியாமல் இருந்தது. 1977 ஆம் ஆண்டு மார்ச் 10ந்தேதி யுரேனஸ் கோள் மிகத் தொலைவில் இருக்கும் ஒரு மங்கலான நட்சத்திரத்தைக் கடந்து செல்லும் என்று கணக்கிடப்பட்டது. அந்த நாளில் தமிழ்நாட்டில் வேலூருக்கு அருகில் உள்ள காவலூர் வான் ஆய்வுக் கூடத்தில் வைனுபாப்பு, பட்டாச்சார்யா, குப்புசாமி ஆகிய மூன்று ஆய்வாளர்கள் யுரேனஸ் கோளினால் அந்த நட்சத்திரம் மறைக்கப்படுவதைப் பார்த்து ஆராய்ச்சி செய்ய காத்திருந்தனர். அன்றைக்கு வானம் மேக மூட்டமில்லாமல் தெளிவாக இருந்தது. யுரேனஸ் கோள் அற்புதமாக தெரிந்தது. சிறிது நேரத்தில் விண்மீனை யுரேனஸ் மறைத்தது. மறுபடியும் சிறிது நேரத்தில் ஒளி தெரிந்தது. பிறகு ஒளி மங்கியது. இவ்வாறு மூன்று முறை நட்சத்திர ஒளிமங்கி மீண்டும் பிரகாசித்தது.

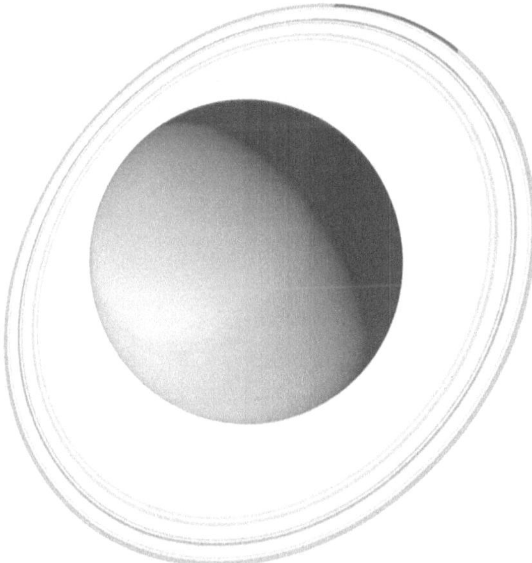

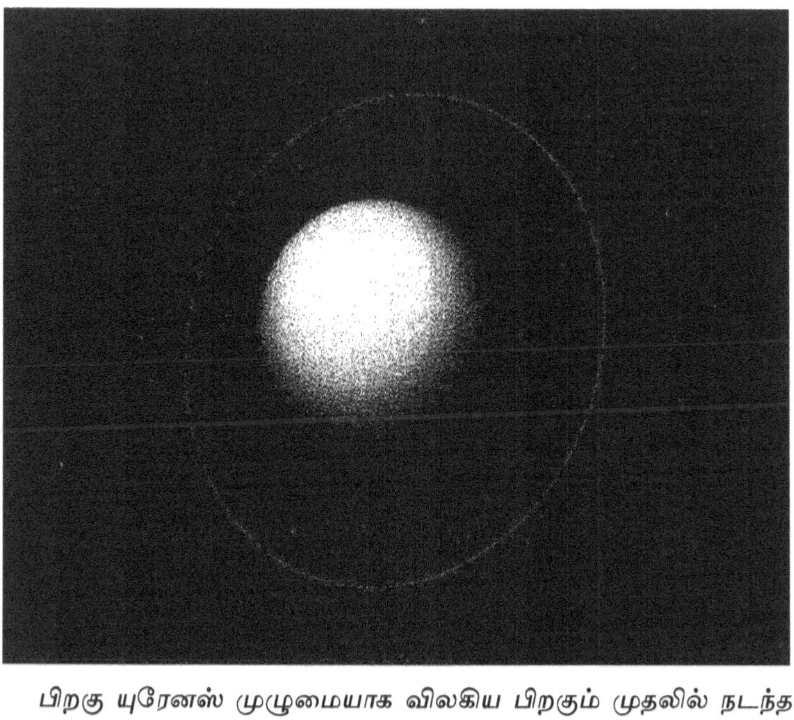

பிறகு யுரேனஸ் முழுமையாக விலகிய பிறகும் முதலில் நடந்த மாதிரியே விண்மீன் ஒளி மூன்று முறை மங்கி பிரகாசித்தது.

இதை பதிவு செய்து ஆராய்ச்சி செய்த அவர்கள் யுரேனஸ் கோளுக்கு மூன்று வளையங்கள் இருக்கலாம் என ஊகித்தனர். இதற்குப் பிறகு பல ஆண்டுகள் கழித்து 1986 களில் வாயேஜர் -2 விண்கலம் சென்று ஆராய்ந்த போது யுரேனசுக்கு 11 வளையங்கள் இருப்பது கண்டறியப்பட்டது. 1977 ஆம் ஆண்டு நமது இந்திய வானவியலாளர்கள் கண்டுபிடித்த இந்த யுரேனஸ் வளையங்கள் நமது நாட்டுக்கு பெருமையளித்தன.

நெப்டியூன் பனி உறைந்த உலகம்

இந்தக் கோள் பூமியைப் போல் 30 மடங்கு தொலைவில் இருக்கிறது. இதனுடைய விட்டம் 49,528 கி.மீ. இந்தக் கோளின் வளி மண்டலம் தாறுமாறாக உள்ளது. மணிக்கு 1000லிருந்து 2000 கி.மீ வேகத்தில் புயல் காற்று வீசுகிறது. கலீலியோ இந்தக் கிரகத்தை பலமுறை பார்த்திருக்கிறார். ஆனால் அது ஒரு விண்மீன் எனக் கருதி விட்டு விட்டார். யுரேனஸ் கிரகத்தில் தோன்றிய சிவப்புப் புள்ளி போல் இந்தக் கிரகத்திலும் ஒரு கரும்புள்ளி காணப்பட்டது. இது ஒரு புயல் என்று கருதியவர்கள் உண்டு. ஆனால் அது புயல் அல்ல. அது நெப்டியூனின் வளி மண்டலத்தில் உள்ள மீதேனில் ஏற்பட்டுள்ள ஓர் ஓட்டை என்று கண்டுபிடிக்கப்பட்டுள்ளது.

1989 இல் கண்டுபிடிக்கப்பட்ட இந்தக் கரும்புள்ளி 1999 இல் ஹப்பிள் விண் தொலை நோக்கி மூலம் பார்க்கும்போது மறைந்து போய்விட்டது. இதிலிருந்து அந்தக் கரும்புள்ளி ஒரு ஓட்டை என்பது தெளிவாகியது. இந்தக் கோள் ஓர் உறைந்த உலகம். இதனுடைய காலநிலை -328 F. இதற்கு இரண்டு வளையங்கள் மிகவும் மெல்லிதானவைகளாக இருக்கலாம் என்று நம்பப்படுகிறது. இந்த வளையங்கள் தொடர்ந்து இல்லாமல் விட்டு விட்டு இருப்பதாகத் தெரிகிறது. வாயேஜர் - 2 என்ற விண்கலம் இதைப்பற்றி அதிக தகவல்களைக் கொடுத்திருக்கிறது.

20

நியூ ஹாரிசான் அதிவேக விண்கலம்

2015 புளூட்டோ ஆண்டு

புளூட்டோ என்கிற குட்டி கிரகத்தைப் பற்றி நாம் அனைவரும் அறிவோம். இந்த கிரகம் நம் பள்ளிப் பாடங்களில் ஒன்பதாவது கிரகமாக சொல்லிக் கொடுக்கப்பட்டது. ஆனால், சமீபத்தில் 2006ஆம் ஆண்டு உலக வானவியலாளர்கள் மாநாட்டில் ஒரு கோள் என்றால் அதற்கு சில தகுதிகள் இருக்கவேண்டும் என்று வரையறுக்கப்பட்டது. ஆனால் அந்த வழிமுறைகளில் ஒன்றை மட்டும் பூர்த்தி செய்யாத காரணத்தால் புளூட்டோ ஒரு கோள் என்ற நிலையிலிருந்து மாறி குட்டி கிரகமானது.

இந்த புளூட்டோ பூமியிலிருந்து 4.77 பில்லியன் கிலோ மீட்டர் தூரத்தில் உள்ளது. சூரியனுக்கும் பூமிக்கும் உள்ள தூரத்தைப் போல் 40 மடங்கு தூரத்தில் இருக்கிறது. சூரியக் குடும்பத்தில் உள்ள குட்டி கோள்களில் மிகவும் தொலைவில் உள்ளதும், பெரியதும் இதுவே. இந்த புளூட்டோ நமது பூமியின் நெப்டியூன் கோளின் துணைக் கோளான ட்ரைடானை (Triton) விட சிறியது. வியாழன் கிரகத்தின் பெரிய துணைக் கோள்கள் நான்கு. இவற்றையும்விட புளூட்டோ சிறியது புளூட்டோவின் குறுக்களவு சுமார் 2,380 கி.மீ.

இந்த புளூட்டோ 1930ஆம் ஆண்டு கிளைடு டாம்பாக் (Clyde Tombaugh) என்பவரால் கண்டுபிடிக்கப்பட்டது. இதற்கு 5 நிலாக்கள் இருக்கின்றன என்று சமீபத்தில் கண்டுபிடிக்கப் பட்டது. இவைகளில் கெரான் (Charon) என்ற நிலவு கிட்டத்தட்ட புளூட்டோவின் அளவில் இருக்கிறது. இது 1978ஆம் ஆண்டு கண்டுபிடிக்கப்பட்டது. நிக்ஸ் (Nix) ஹைட்ரா (Hydra) என்ற இரண்டு நிலாக்களும் 2005ஆம் ஆண்டு கண்டுபிடிக்கப்பட்டது. நான்காவது நிலா ஸ்டைக்ஸ் (Styx) 2011ஆம் ஆண்டிலும், கெர்பிராஸ் (Kerberos) என்ற ஐந்தாவது நிலவு 2012ஆம் ஆண்டிலும் கண்டுபிடிக்கப்பட்டது.

புளூட்டோவை பூமியில் இருந்து ஆராய்வது மிகவும் கடினம். காரணம் அது மிகவும் சிறியது. மேலும் அதிக தொலைவிலும் இருக்கிறது. மேலும் புளூட்டோ செவ்வாய் கிரகத்தின் ஒளியை விட 50,000 மடங்கு ஒளி குறைவானது. சூரிய குடும்பத்திற்கு மிகவும் தொலைவில் அமைந்திருக்கிற குயிப்பர் பட்டையில் (Kuiper Belt) உள்ள குட்டி கிரகங்களில் இதுவே மிகவும் ஒளி பொருந்தியதும் பெரியதுமானது. இந்த குயிப்பர் பட்டை என்பது மிகவும் தொன்மையானது. பனி மற்றும் பாறைகளாலானது. நெப்டியூன் கிரகத்திற்கும் அப்பால் 2 பில்லியன் மைல்கள் வரை இது பரவியிருக்கின்றது.

சுற்றுவட்டப் பாதை

புளூட்டோ சூரியனை 248 வருடங்களுக்கு ஒரு முறை சுற்றி வருகிறது. இதனுடைய சுற்றுப்பாதை நீள் வட்டமாக இருக்கிறது. இதனால் சூரியனுக்கும் புளூட்டோவிற்கும் உள்ள தூரம் மாறுபடுகின்றது. புளூட்டோவும் அதன் துணைக்கோள் கெரானும் 6.4 நாட்களுக்கு ஒருமுறை சுற்றிக் கொள்கின்றன. கெரான் புளூட்டோவை 6.4 நாட்களுக்கு ஒருமுறை 19,636 கி.மீ. தொலைவில் சுற்றிவருகிறது. இந்த கெரான் எப்பொழுதும் புளூட்டோவின் ஒரே முகத்தை பார்த்தபடி சுற்றிவருகிறது. அதேபோல் புளூட்டோவும் கெரானின் ஒரே முகத்தை பார்ப்பதுபோல் சுற்றுகிறது.

புளூட்டோவின் தரையில் நைட்ரஜன், கார்பன் மோனாக்ஸைடு மீத்தேன் மற்றும் ஈத்தேன் பனியும் இன்னும் சில பொருள்களும் இருப்பதாகத் தெரிகிறது. இதனுடைய வளி மண்டலத்தில் பெரும்பாலும் நைட்ரஜன், மிகச்சிறிய அளவில் மீத்தேன், கார்பன் மோனாக்ஸைடு மற்றும் கனமான ஹைட்ரோ கார்பன்களும் இருக்கின்றன. இதனுடைய வளிமண்டலம் பூமியில் இருப்பதைவிட 50,000 மடங்கு குறைவாகவும், செவ்வாயைவிட 300 மடங்கு குறைவாகவும் இருக்கிறது. இதனுடைய ஈர்ப்பு பூமியில் இருப்பதில் 6 சதவீதமே இருக்கிறது. தரைப்பகுதியின் வெப்பம் - 233 டிகிரி செல்சியஸ்.

நாசாவின் நியூ ஹாரிசான்

2006ஆம் ஆண்டு நியூ ஹாரிசான் என்ற விண்கலத்தை அமெரிக்கா புளூட்டோ கிரகத்தை ஆராய அனுப்பியது. இந்த விண்கலம்தான் இதுவரைக்கும் ஏவப்பட்ட விண்கலங்களில் அதிவேகம் படைத்தது என்பது குறிப்பிடத்தக்கது. இந்த விண்கலம் 9 வருடங்களுக்கு மேலாக பயணம் செய்து கொண்டிருக்கிறது. கிட்டத்தட்ட 3 பில்லியன் மைல்கள் (300 கோடி மைல்கள்) பயணம் செய்து கடந்த ஜூலை 14ந் தேதி புளூட்டோவுக்கு அருகில் பயணம் செய்து புளூட்டோவின் அமைப்பு, அதனுடைய துணைக்கோள்கள் பற்றி ஆராய்ந் திருக்கிறது. இது வரலாற்றில் முக்கியத்துவம் வாய்ந்த நிகழ்ச்சி.

இப்படி சூரிய குடும்பத்தின் கிரகங்களை ஆராயும் பணி முதற்கட்டமாக நிறைவு பெறுகிறது. 1960களில் சூரிய குடும்பத்தைச் சேர்ந்த கிரகங்களை ஆராயும் பணி தொடங்கியது. முதலில் வெள்ளி மற்றும் செவ்வாய் கிரகத்தை ஆராயத் தொடங்கியது. பிறகு 1970களில் புதன், வியாழன், சனி கிரகங்களை ஆராயும் பணி தொடங்கப்பட்டது. யுரேனஸ், நெப்டியூன் கிரகங்களைப் பற்றி 1980களில் ஆராய்ச்சி மேற்கொள்ளப்பட்டது. அமெரிக்கா முதன்முதலாக செவ்வாயை ஆராய 1965ஆம் ஆண்டு ஜூலை 14ல் மெரய்னர் 4 என்ற விண்கலத்தை அனுப்பியது. அதிலிருந்து 2015ஆம் ஆண்டு ஜூலை 14ல் விண்வெளியில் 50 ஆண்டுகால சாதனை நிறைவு பெறுகிறது. இந்த நாளில் நியூ ஹாரிசான் புளூட்டோ அருகில் சென்றது மட்டுமல்லாமல் புளூட்டோவின் மற்ற 5 கிரகங்களைப் பற்றி அறியப்படாத விவரங்களை சேகரித் திருப்பது உலகம் பெருமைப்படக் கூடிய விடயம்.

சூரியக் குடும்பத்தின் மூன்றாவது மண்டலம் என்று சொல்லக்கூடிய வாயுக் கோளங்கள் அடங்கிய பகுதிகளிலும் அதையும் தாண்டி பனியால் மூடப்பட்ட பாறைப் பொருட்களில் தான் சூரியக் குடும்பம் தோன்றிய இரகசியங்கள் இருக்கலாம் என்று கருதப்படுகிறது. நியூ ஹாரிசான் விண்கலம் வரக்கூடிய ஆண்டுகளில் புளூட்டோ மற்றும் அதனுடைய துணைக்கோள்கள் பற்றி பல்வேறு புதுத் தகவல்கள் கிடைக்கச் செய்யும் என்று எதிர்பார்க்கப்படுகின்றது.

நியூ ஹாரிசான்ஸ் நோக்கங்கள்

நியூ ஹாரிசான்ஸ் அனுப்பப்பட்டதற்கு முக்கிய காரணங்களாக விஞ்ஞானிகள் கீழ்வருவனவற்றை கருதுகின்றனர்.

- ❖ புளூட்டோவின் நிலவியலையும், அமைப்பையும் பற்றி ஆராய்ச்சி செய்ய.
- ❖ புளூட்டோ மற்றும் துணைக்கோள் கெரானின் மேற்பரப்பைப் படமெடுக்க.
- ❖ புளூட்டோவின் வளிமண்டலத்தின் குணாம்சங்களைப் பற்றி தெரிந்துகொள்ள மற்றும் அவை புளூட்டோ கிரகத்திலிருந்து தப்பிச் செல்லும் வேகம் குறித்து ஆராய.

முக்கியமாகக் கருதப்படுவது

- ❖ புளூட்டோவின் தரை மற்றும் வளிமண்டல மாற்றங்கள்.

- புளூட்டோ, கெரானின் துல்லியமான படம்.
- புளூட்டோ மற்றும் கெரானின் பகல் மற்றும் இரவு நேரங்களை படம் எடுத்தல், புளூட்டோவின் குறிப்பிட்ட பகுதிகளை படமெடுத்தல்.
- புளூட்டோவின் அயன மண்டலம் சூரியக் காற்றில் எவ்வாறு வினை புரிகிறது.
- வளி மண்டலத்திலுள்ள ஹைட்ரோகார்பன் மற்றும் நைட்ரேட் போன்றவைகளை ஆராய்தல்.
- கெரானின் வளிமண்டலத்தை ஆராய்தல்.
- புளூட்டோ, கெரானின் தரைப்பகுதியின் சீதோஷ்ண நிலை பற்றி ஆராய்தல்.
- புளூட்டோவின் மற்ற நிலாக்கள் பற்றியும், வளையங்கள் மற்றும் காந்தப் புலன் பற்றியும் ஆராய்வது முக்கியமாக கருதப்படுகிறது.

நியூ ஹாரிசான்ஸ் விண்கலக் கருவிகள்

இந்த விண்கலத்தில் அகச்சிவப்பு காமிராக்கள் பொருத்தப் பட்டிருக்கின்றன. இது நிறங்களின் கலவையைக் கண்டுபிடிக்கும். அதாவது புளூட்டோவின் வளிமண்டலம், துணைக்கோள் கெரான் மற்றும் குய்ப்பர் பட்டையை சுற்றியிருக்கும் வளிமண்டலங்கள் வியாபகம் அது எவ்வாறு பரவியிருக்கிறது என்பதைப் பற்றி ஆராயும். இதில் பொருத்தப்பட்டுள்ள தொலை நோக்கி காமிரா தொலை தூரத்தில் இருப்பவைகளைப் பற்றி தகவல் சேகரிக்கவும், புளூட்டோவை துல்லியமாக படம் எடுக்கவும் செய்யும். சூரியனிலிருந்து வரும் சூரியக்காற்று மற்றும் பிளாஸ்மாவை அளக்கும் ஸ்பெக்ட்ரோ மீட்டர் புளூட்டோ சூரியக் காற்றுடன் எப்படி வினைபுரிகிறது என்பதைக் கண்டுபிடிக்கும். இதில் முக்கியமானது அமெரிக்காவில் உள்ள கொலோராடோ பல்கலைக்கழகத்தைச் சேர்ந்த மாணவர்கள் உருவாக்கிய விண்வெளி தூசுகளைப் பற்றி ஆராயும் கருவியும் பொருத்தப்பட்டிருக்கிறது. இந்தக் கருவியை அவர்களே இயக்கி வருகிறார்கள்.

நியூ ஹாரிசான் விண்கலத்தோடு செல்லும் நினைவுப் பொருட்கள்

புளூட்டோ மற்றும் குய்ப்பர் பட்டை இரகசியங்களைக் கண்டுபிடிக்கும் வரலாற்று முக்கியத்துவம் வாய்ந்த நியூ ஹாரிசான் விண்கலம் ஒன்பது வகையான நினைவுச் சின்னங்களை எடுத்துச் சென்று கொண்டிருக்கின்றது. அவைகளை கீழே காண்போம்.

- புளூட்டோவைக் கண்டுபிடித்த கிளைட் டாம்பாக்ஸின் சாம்பலும் அவரைப் பற்றிய குறிப்புகளும்.
- வரலாற்று முக்கியத்துவம் வாய்ந்த இந்தப் பயணத்தில் நாங்களும் பங்குகொள்கிறோம் என்று கையெழுத்திட்ட 4,34,000 பெயர்கள் கொண்ட CD ROM.
- இந்தத் திட்டத்தில் பணியாற்றுபவர்களின் படங்களும், செய்திகளும் கொண்ட சி.டி. ரோம்.
- இந்த விண்கலம் ஏவப்பட்ட புளோரிடா மாநிலத்தின் படம்.
- இந்த விண்கலம் கட்டப்பட்ட மேரிலேன்ட் மாநில படம்.
- வரலாற்று முக்கியத்துவம் வாய்ந்த விண்கலத்தின் படம்.
- இரண்டு அமெரிக்கக் கொடிகள்.
- அமெரிக்காவில் 1991இல் 'புளூட்டோ இன்னும் ஆராயப்பட வில்லை' என்று குறிப்பிடப்பட்ட தபால் முத்திரை (Stamp).

புளூட்டோவின் ஆராய்ச்சிக் குறிப்புகள்

- 1930 புளூட்டோ கண்டுபிடிக்கப்பட்டது
- 1954 புளூட்டோ 6.4 நாட்களுக்கு ஒரு முறை சுற்றிக்கொள்கிறது என்று கண்டறியப்பட்டது.
- 1976 புளூட்டோவில் மீதேன் இருக்கிறது என்பது கண்டு பிடிக்கப்பட்டது.
- 1978 புளூட்டோவின் ஒரு நிலவான கெரான் கண்டுபிடிக்கப்பட்டது.
- 1980 கெரானின் விட்டம் 1,200 கி.மீ. என்று கண்டுபிடிக்கப்பட்டது.
- 1985 முதன் முதலாக புளூட்டோவின் துணைக்கோள் கெரான் புளூட்டோவை குறுக்காக கடந்து செல்வது கண்டறியப்பட்டது.
- 1986 முதன் முதலாக புளூட்டோ மற்றும் கெரானின் ஆரங்கள் கண்டறியப்பட்டன.
- 1987 கெரானின் தரையில் தண்ணீரிலான பனி இருக்கிறது என்று கண்டறியப்பட்டது.
- 1988 புளூட்டோவின் சுற்றுப்பாதை ஒழுங்காக அமையவில்லை என்றும் புளூட்டோவிற் ஒரு வளிமண்டலம் இருக்கிறது என்பதும் கண்டறியப்பட்டன.
- 1992 நைட்ரஜன் மற்றும் கார்பன் மோனாக்சைடுகளாலான பனி இருக்கிறது என்று கண்டறியப்பட்டது.
- 2005 புளூட்டோவிற்கு நிக்ஸ், ஹைட்ரோ என்ற துணைக்கோள்கள் இருப்பது கண்டுபிடிக்கப்பட்டது.
- 2006 புளூட்டோவிற்கு நியூ ஹாரிசன் என்ற விண்கலம் செலுத்தப்பட்டது. கெரானில் அமோனியம் ஹைட்ரேட் இருப்பது கண்டுபிடிக்கப்பட்டது.
- 2011 கெர்பிரஸ் என்ற துணைக்கோள் கண்டுபிடிக்கப்பட்டது.

- 2012 ஸ்டைக்ஸ் என்ற 5வது துணைக்கோள் கண்டுபிடிக்கப்பட்டது.
- 2015 நியூ ஹாரிசான் புளூட்டோவை சென்றடைந்தது.
- நியூ ஹாரிசான் புளூட்டோவை சந்திக்கும் முதல் பயணி துணைக்கோள் மிஷன்
- தன் மெரைனர் 10 (Mercury Mariner10) 1973
- வெள்ளி மெரைனர் 2 (Venus Mariner 2) 1962
- மார்ஸ் மெரைனர் 4 (Mars Mariner 4) 1965
- வியாழன் பயனீர் 10 (Jupiter Pioneer 10) 1973
- சனிபயனீர் 11 (Satum Pioneer 10) 1979
- யுரேனஸ் வாயேஜர் 2 (Uranus Voyager 2) 1985
- நெப்டியூன் வாயேஜர் 2 (Neptune voyager 2) 1989

1965ஆம் ஆண்டு ஜூலை 14இல் செவ்வாய்க்கு மெரைனர் 4 என்ற விண்கலம் அனுப்பப்பட்டது. நியூ ஹாரிசான் புளூட்டோவை சென்றடைந்த ஜூலை 14, 2015ஆம் ஆண்டோடு சரியாக 50 வருடம் பூர்த்தியாகி இருக்கிறது. இந்த 50 வருடத்தோடு சூரிய குடும்பத்தை கண்டறியும் பணி முடிந்திருக்கிறது என்றாலும் புதிய கண்டுபிடிப்புகள் தொடரும்.

21

கருந்துளை

நவீன கோட்பாடுகளின்படி இரண்டு வகையான கருந்துளைகள் இருப்பதாகக் கருதப்படுகிறது. முதலாவது இறந்த நட்சத்திரங்களின் எச்சம். மற்றொன்று பிரமாண்ட கருந்துளை என்று அழைக்கப்படுகிறது. முதலில் ஒரு சாதாரண கருந்துளை எவ்வாறு உருவாகிறது என்பதைத் தெரிந்துகொள்வோம். இது உருவாவதற்கு இரண்டு வழிகள் இருப்பதாகத் தெரிகிறது. இவை இரண்டும் ஒரு பெரிய நட்சத்திரத்தின் இறப்புடன் சம்பந்தப்பட்டிருக்கின்றது. நமது சூரியனைப் போன்று சாதாரண நட்சத்திரங்கள் தன் வாழ்நாளில் அடையக்கூடிய அளவுகளின் வரம்பின் நடுத்தர அளவுகளைப் பற்றியது. சில நட்சத்திரங்கள் சூரியனைவிட நூறு மடங்கு சிறியவை. மற்ற சில நட்சத்திரங்கள் நூறு மடங்கு பெரியவைகளாக இருக்கலாம். மிகச் சிறிய நட்சத்திரங்கள் மிக நீண்ட நாட்கள் நீடித்திருக்கும். ஏனெனில் அவை அவற்றின் எரிபொருள் ஹைட்ரஜன் வாயுவை மிகவும் மெதுவாக பயன்படுத்துகின்றன. அவ்வாறு எரிபொருள் பயன்படுத்தும் பொழுது 100 மில்லியன் ஆண்டுகளுக்குப் பிறகு அவைகள் படிப்படியாக குளிர்ச்சியடைந்து இறுதியில் அணைந்து விடும்.

நமது சூரியனின் அளவு நட்சத்திரங்கள் சுமார் 10 மில்லியன் (1 மில்லியன் = 100 கோடி) ஆண்டுகளுக்குப் பிறகு வாழ்க்கையை மிகவும் அற்புதமான முறையில் முடிக்கின்றன. சுமார் 3 சூரிய நிறைகளுக்கும் கீழ் உள்ள நட்சத்திரங்கள் சிறிய நட்சத்திரங்களை விட அவற்றின் செயலின் சுழற்சி மிகவும் அற்புதமாக இருக்கின்றன. நமது சூரியனின் வயது 10 மில்லியன் ஆண்டுகளாக இருக்கும்போது அதன் நடுத்தர வயதில் அதாவது 5 மில்லியன் ஆண்டுகளில் அதனுடைய ஹைட்ரஜன் எரிபொருளை அதிகமாகப் பயன்படுத்தியிருக்கும் மேலும் ஹைட்ரஜன் எரியும்போது கழிவாக வெளியேறும் ஹீலியம் எரியும் ஹைட்ரஜனை சுற்றி நீண்ட காலத்திற்கு சேகரமாகும். ஹைட்ரஜன் இணைவு மண்டலம் படிப்படியாக நகரும் போது கதிர்வீச்சு பாய்வு மிகவும் வலுவாக

இருக்கும். இது வெளிப்புற வாயு அடுக்குமூலம் செலுத்தப்படும் ஈர்ப்பு விசையைவிட அதிகமாகும். இந்த வெளிப்புற வாயு அடுக்கு பின்னர் பெருகி விரிவடையத் தொடங்கும். நட்சத்திரத்தின் வெளிப்புறம் விரிவடையும்போது ஹட்ரஜன் பிணைவு உலைகளின் கதிர் வீச்சு ஆற்றல் மிகப் பெரிய அளவில் விநியோகிக்கப்படுகிறது. இச்சமயத்தில் சூரியனின் மேற்பரப்பு வெப்பநிலை 6500'e லிருந்து 3000'e வரை குறைகிறது. இந்த நிலையில் சூரியன் மிகவும் பிரமாண்ட சிவப்பு கோளமாக (Red giant) மாறும். இறுதியில் வெளிப்புற அடுக்கு வெடித்து விண்வெளியில் வீசப்படும். இதனால் சூரியன் தனது நிறையை இழக்கும். இத்தருணம் சூரியனின் பிணைவு மண்டல நடுப்பகுதியில் அழுத்தம் குறைகிறது. இதனால் சூரியனின் சொந்த ஈர்ப்பு விசையால் சுருங்கி ஒரு வெள்ளை குள்ளனாக மாறும்.இந்த சுருக்கம் ஏற்படுத்தும் ஊராய்வினால் ஏற்படும் வெப்பத்தால் மட்டுமே இது பிரகாசிக்கும். இறுதியில் அது குளிர்ந்த அடர்த்தியான கருப்புக் குள்ளனாக குளிர்ச்சியடையும். வெடித்து வீசப்பட்ட வெளி அடுக்கு லைரா நட்சத்திரத்தில் உள்ள M 57 ரிங் நெபுலா போன்ற கிரக நெபுலாவாக மாறும்.

1987ஆம் ஆண்டு தெற்கு கோளார்த்தத்தில் உள்ள மிகவும் பிரமாண்ட ஒரு நட்சத்திரத்தின் வியத்தகு முடிவை கண்டனர். அது சக்தி வாய்ந்த தொலை நோக்கி மூலம் மட்டுமே காணப்பட்ட ஒரு நட்சத்திரம் திடீரென வெடித்து மிகவும் பிரகாசமாக தெரிந்தது. இதை நம் சாதாரணக் கண்களால் பார்க்க முடிந்தது. இது ஒரு பெரிய நட்சத்திரத்தின் இறப்பு. இதை சூப்பர் நோவா என்றழைக்கின்றனர். இந்த சூப்பர் நோவாவை ஒரு கனமான நட்சத்திரம் உருவாக்குகிறது. இந்த சூப்பர் நோவாவை சந்தித்த நட்சத்திரத்தின் வாழ்க்கை மீண்டும் தொடர்கிறது. நட்சத்திரம் அதன் ஹைட்ரஜன் எரிபொருளை பெரும் பகுதியை உபயோகித்தபின் ஹீலியம் ஒரு சிறிய மையத்தை உருவாக்கியிருக்கும். இருப்பினும் இது கதையின் முடிவல்ல. ஒரு பிரமாண்ட நட்சத்திரத்தின் நடுவில் இந்த சமயத்தில் அழுத்தமும், வெப்பமும் அதிகரிக்கும். இந்த நிலையில் ஹீலியம் அணுக்கள் பிணைந்து கார்பன் ஆக உருகத் தொடங்கும் வரை அழுத்தமும், வெப்பமும் உயர்ந்து கொண்டே போகும். இவ்வாறு தொடரும் வெப்பம் மற்றும் அழுத்தத்தினால் கார்பன் இணைந்து நியான், சிலிக்கான், இறுதியாக இரும்பு போன்ற கனமான மூலகங்களாக மாறும். இந்த நிலையில் நட்சத்திரத்தின் மையம் வெங்காயம் போன்றதாக இருக்கும். இரும்பு, சிலிக்கான், நியான், கார்பன், ஹீலியம் மற்றும் ஹைட்ரஜன் செறிவான

அடுக்குகளாக (உள்ளே இருந்து) இருக்கும். இந்த செயல்முறை காலவரையின்றி தொடர முடியாது. இதற்கு மேல் மையத்தில் இருக்கும் இரும்பு அணுக்கள் இணைந்து ஆற்றலை உருவாக்க முடியாது. உண்மையில் அது ஆற்றலை கிரகிக்கக் கூடியதாகவே இருக்கும். இதனால் ஆற்றலை உருவாக்க முடியாத மையம் நிலையற்றதாக மாறும். ஒரு சில நொடிகளில் அது முற்றிலும் சரிந்துவிடும். இந்த மையத்தை நோக்கிய சரிவினால் நட்சத்திரம் வெடித்துச் சிதறும். இதைத்தான் 'சூப்பர் நோவா' என்கிறோம்.

இப்போது ஒரு சூப்பர் நோவாவினால் சரிந்தமையத்திற்குள் என்ன நடக்கும் ? 1930களில் அமெரிக்காவில் பணிபுரியும் ஃபிரிட்ஸ் ஸ்விக்கி மற்றும் வால்டர் பேட் ஆகிய இரண்டு வானவியலாளர்கள் இது ஒரு சிறிய பந்தாக சுருங்க வேண்டும் என்று பரிந்துரைத்தனர். இது வெள்ளைக் குள்ளனை விடவும் சிறியது. இது நியூட்ரான் நட்சத்திரம் என்று அழைக்கப்படுகிறது. இம்மாதிரி நியூட்ரான் நட்சத்திரம் இருப்பது உறுதி செய்யப்பட்டிருக்கிறது. இது ரேடியோ அலைகளை வெளியிடுகிறது என்றும் நொடிக்கு ஒரு முறை அதிவேகத்தில் சுற்றுகிறது என்றும் கண்டறிந்திருக்கிறார்கள்.

நியூட்ரான் நட்சத்திரம் நமக்கு வித்தியாசமாகத் தோன்றலாம். ஆனால் கோட்பாடு இன்னும் வித்தியாசமான வடிவத்தை அதை ஒரு கருந்துளையாக கணிக்கிறது. ஒரு சூப்பர் நோவாவின் சரிவு

மையம் மிகப் பெரியதாக இருந்தால் (மூன்று சூரியன்களைவிட கனமானதாக) அது நியூட்ரான் நட்சத்திரமாக முடிவடைய முடியாது. அதனுடைய சொந்த ஈர்ப்பு மிகவும் சக்தி வாய்ந்ததாக இருக்கும். இது குறிப்பிட்ட கணித அளவை எட்டும் வரை எந்த அளவும், எல்லையற்ற அடர்த்தியும் இல்லாமல் மையம் சுருங்கிக் கொண்டே இருக்கும். இந்தப் புள்ளியைச் சுற்றிலும் சில கிலோ மீட்டர் தொலைவில் ஈர்ப்பு மிகவும் வலுவாக இருக்கும். இந்தப் பகுதியில் இருந்து எதுவும் தப்பிக்க முடியாது. வெளிச்சத்தைக்கூட ஈர்த்துக் கொள்ளும். அதனால் தான் இந்தப் பகுதியை 'கருந்துளை' என்று அழைக்கிறோம். இது ஒரு துளை. ஏனென்றால் நீங்கள் எறிந்த எதையும் திரும்பப் பெற முடியாது.

ஒரு கருந்துளையை சுற்றியுள்ள இடத்தின் விளிம்பில் அதனுடைய ஈர்ப்பு உணரப்படும். இது நிகழ்வின் அடிவானம் (Event Horizon) என்று அழைக்கப்படுகிறது. இதை திரும்ப வர முடியாத புள்ளி என்று சொல்லலாம். அதாவது நிகழ்வு அடிவானத்தைக் கடக்கும் ஒளி கூட கருந்துளையின் தீவிர ஈர்ப்பு விசையிலிருந்து தப்ப முடியாது.

22

புளூட்டோவின் சோகம்

சூரியனைச் சுற்றும் ஒன்பதாவது கோள் என்றழைக்கப்பட்ட புளூட்டோ பிப்ரவரி 18,1930ஆம் ஆண்டு அமெரிக்காவில் உள்ள அரிசோனா மாநிலத்தின் ஃபிளாக் ஸ்டாப்பில் அமைந்திருக்கும் லோவெல் ஆய்வகத்தில் வானியலாளர் க்ளைட் டபிள்யூ. டோம்பாக் என்பவரால் கண்டுபிடிக்கப்பட்டது. அந்தக் காலக் கட்டத்தில் வில்லியம் H. பிக்கரிங் என்பவர் தீவிரமான கிரக வேட்டையில் ஈடுபட்டுக் கொண்டிருந்தார். இவர் பல வானியல் ஆய்வுக் கூடங்களை நிறுவுவதற்கு உதவி செய்தவர். மேலும் பிக்கரிங் கோள்கள் இருப்பதைக் கண்டுபிடிக்கும் முன்கணிப்பாளராகவும் இருந்தார்.

1894ஆம் ஆண்டில் அரிசோனாவின் ஃபிளாக் ஸ்டாப்பில், போஸ்டோனியரான பெர்சிவல் லோவல் என்ற பணக்காரர் ஒரு வானியல் ஆராய்ச்சிக் கூடத்தை நிறுவினார். அவர் சாத்தியமான ஒன்பதாவது கோளைத் தேடி ஒரு விரிவான திட்டத்தை தொடங்கினார். அதை அவர் "பிளானட் எக்ஸ்" என்று அழைத்தார். 1909ஆம் ஆண்டில் லோவல் மற்றும் பிக்கரிங் அத்தகைய கோளை கண்டுபிடிப்பதற்கு வான ஒருங்கிணைப்புக்களைச் செய்தனர். அவரது ஆய்வகம் 1916 வரை அவர் இறக்கும் வரை தேடலை நடத்தினாலும் பயனில்லை. ஆனால் அவருக்குத் தெரியாது. அவரது ஆய்வகம் மார்ச் 19, 1905 ஆண்டு புளூட்டோவின் மங்கலான இரண்டு உருவங்களை கண்டறிந்தது. அவை என்னவென்று அறியப்படவில்லை. புளூட்டோவை அறியாமலே படம் எடுத்த முதல் நபர் லோவெல் அல்ல. இதற்கு முன்னால் பதினாறு முன் கண்டுபிடிப்புகள் இருக்கின்றன. இந்தப் பழமையானவைகள் ஆகஸ்ட் 20, 1909இல் யெர்கேஸ் ஆய்வகத்தால் செய்யப்பட்டன.

இந்தத் தேடல் பொறுப்பு 1929ஆம் ஆண்டு க்ளைட் டோம்பாக் என்பவரிடம் ஒப்படைக்கும் வரை தொடங்கவில்லை. அவர் இரண்டு வாரங்கள் இடைவெளியில் இரவு வானத்தை முறையாகப்

க்ளைட் டபிள்யூ. டோம்பாக்

படம் பிடிப்பது. பின்னர் ஒவ்வொரு ஜோடியையும் ஆராய்ந்து ஏதாவது பொருள் நிலை மாற்றமிருக்கிறது என்பதை தீர்மானிப்பதே டோம்பாக்கின் பணி. இதற்காக அவர் ஒளிரும் ஒப்பீட்டுக் கருவி என்பதைப் பயன்படுத்தினார். கிட்டத்தட்ட ஒரு வருட தேடலுக்குப் பிறகு 1930ஆம் ஆண்டு ஜனவரி 23 மற்றும் ஜனவரி 29 ஆகிய தேதிகளில் எடுக்கப்பட்ட புகைப்படத் தகடுகளில் நகரக் கூடிய ஒரு பொருளை டோம்பாக் கண்டுபிடித்தார். ஆய்வகம் மேலும் உறுதிப்படுத்தும் புகைப்படங்களை எடுத்த பிறகு கண்டுபிடிப்பு பற்றிய செய்தியை மார்ச் 13, 1930 அன்று ஹார்வர்ட் கல்லூரி ஆய்வகத்திற்கு தந்தி செய்யப்பட்டது.

பிறகு இந்த கண்டுபிடிப்பு உலகம் முழுவதும் தலைப்புச் செய்திகளில் வந்தது. புதிய கோளின் பெயரைக் கூறும் உரிமையை லோவெல் ஆய்வகம் கொண்டிருந்தது. இதற்காக உலகம் முழுவதிலுமிருந்து 1000த்திற்கும் மேற்பட்ட பரிந்துரைகள் வந்தன. புளூட்டோ என்ற பெயரை இங்கிலாந்தின் ஆக்ஸ்போர்டில் உள்ள பதினோரு வயது பள்ளி மாணவி வெனிஷியா பர்னி முன் மொழிந்தார். இவர் சிறுவயதிலேயே புராணங்களிலும், வானவியலிலும் ஆர்வம் கொண்டிருந்தார். மேலும் இதுபோன்ற இருண்ட குளிர்ந்த உலகத்தில் இருக்கும் கோளுக்கு பாதாள

உலக கடவுளின் பெயர் புளூட்டோ பொருத்தமாக இருக்கும் என்று கருதினார். அவருடைய தாத்தா ஆக்ஸ்போர்டு பல்கலைக் கழகத்தின் போட்லியன் நூலகத்தின் முன்னால் நூலகராக பணியாற்றியவர் அவருடன் வெனிஷியா பர்னி நீண்ட உரையாடலை நடத்தினார். அதன் பிறகு அவர் தாத்தா புளூட்டோ பெயரை சம்பந்தப்பட்டவர்களுக்கு அனுப்பினார். நீண்ட பரிசீலனைக்குப் பிறகு மார்ச் 24, 1930இல் புளூட்டோ அதிகாரப்பூர்வமானது. இந்தப் பெயர் மே 1, 1930இல் உலகம் முழுவதும் அறிவிக்கப்பட்டது. இதற்கு வெனிஷியாவுக்கு 5 பவுண்டு வெகுமதி கிடைத்தது.

ஏன் புளூட்டோ குள்ளக் கோளானது?

1992ஆம் ஆண்டுகளில் புளூட்டோவின் பொது சுற்றுப்பாதையில் சில குள்ளக்கிரகங்கள் காணப்பட்டன. இதுவே புளூட்டோவிற்கு பிரச்சனையாக அமைந்தது. இந்தக் கோள்கள் குயிப்பர் பட்டையின் பொருள்கள் என்று கருதப்படுகின்றன. இதில் புளூட்டோவிற்கும் பெரிய கோள்களும் உண்டு. இது வானவியலாளர்களை ஆச்சரியப்பட வைத்தது.

2005ஆம் ஆண்டு புளூட்டோவைவிட மிகச் சிறிய எரிஸ் என்ற கிரகத்தைக் கண்டுபிடித்தனர். இதையும் ஒரு கிரகமாக சேர்க்க வேண்டும் அல்லது புளூட்டோ கோளாக இருக்க முடியாது என்று விஞ்ஞானிகள் கருதினர். இந்த பிரச்சனை மேலோங்கவும் சர்வதேசிய வானவியலாளர்கள், கோள்கள் என்பதற்குத் ஒரு சில வழிமுறைகளை வகுத்தனர்.

சர்வ தேசிய வானவியலாளர்கள் அமைப்பு கோள் என்பதற்கு கீழ்க்கண்ட அளவுகோல்களை நிர்ணயித்திருக்கிறது.

1. கோள் என்பது சூரியனைச் சுற்றிவர வேண்டும்.

2. கோள் என்பது கோள வடிவில் இருக்க வேண்டும்.

3.கோள் என்பது தனது சுற்றுப்பாதையில் அதனுடைய நிலவைத் தவிர வேறு எந்த பொருள்களையும் வைத்திருக்கக்கூடாது.

புளூட்டோ மேற்சொன்ன விதிகளில் முதல் இரண்டு விதிகளைப் பூர்த்தி செய்தது. மூன்றாவது விதியை பூர்த்தி செய்ய முடியவில்லை. அதாவது ஒரு கோள் தனது சுற்றுப்பாதையில் வேறு எந்தப் பொருட்களையும் விட்டு வைத்திருந்தால் அது ஈர்ப்பு விசையில் பலகீனமாக இருக்கிறது என்று பொருள். புளூட்டோவின் சுற்றுப்பாதையில் புளூட்டோவின் நிலவைத்

ஒத்த பிற பொருள்களும் நிறைந்திருக்கின்றன. இந்த பொருட்கள் எல்லாம் குயிப்பர் பட்டையில் உள்ளவைகள். ஆகவே புளூட்டோ ஒரு கோளாக இருப்பதற்கு தகுதியில்லை. அது இனிமேல் ஒரு குள்ளக்கோள் என்று அழைக்கப்படும் என்று 2006ஆம் ஆண்டு சர்வ தேசிய வானவியலாளர்கள் அமைப்பு முடிவு செய்தது.

அதிலிருந்து சூரியனைச் சுற்றும் கோள்கள் ஒன்பதிலிருந்து எட்டாக குறைக்கப்பட்டது.

■

www.ingramcontent.com/pod-product-compliance
Lightning Source LLC
LaVergne TN
LVHW060124051026
849517LV00007B/2382
* 9 7 8 9 3 9 1 2 6 2 7 2 3 *